Ngoại Cánh Huế Theo

Ngoại Gánh Huế Theo

p h a n n i t ấ n

tạp văn

Nhân Ảnh
2025

NGOẠI GÁNH HUẾ THEO
Tạp văn Phan Ni Tấn

Bìa: Nguyễn Thị Sông Hương
Tranh bìa: Bean Nguyen
Nhân Ảnh, 2025
Copyright © 2025 by Phan Ni Tan

Mục lục

- Cồn Hến, Giữa Dòng Hương Xanh — 7
- Thằng Bọ Của Tôi — 14
- Chị Dâu Mèn Đéc — 20
- Bước Xuống Bao Vinh — 25
- Duyên Ngược Kim Long — 31
- Rể Làng Chuồn — 39
- Đi Qua Cửa Thượng Tứ — 43
- Ngoại Gánh Huế Theo — 47
- Tiếng Rơi Của Giọt Lệ Huế — 51
- Mẹ Là Tiếng Dế Đêm Thâu — 58
- Bánh Tét Hương Cần — 62
- Về Với Sịa — 67
- Quít Giấy Hương Cần — 71
- Ăn Tết Huế Xưa — 76
- Dòng Dõi — 80
- Bánh Khúc Cây (Yule Log/ Buch De Noel) — 84
- Con Tò He — 89
- Mạ Ơi Mạ! — 92
- Cơm Âm Phủ — 98
- Ngôi Nhà Hương Hỏa — 102

- Ca Huế Và Nhạc Cung Đình — 106
- Nhã Ca, Tiếng Chuông Thiên Mụ — 111
- Nhớ Bạn Thơ Xứ Huế — 118
- "Ché Ẹ", Thổ Ngữ Bình Định — 124

- *Huế Và Thơ*
- Tiền Thân Huế — 132
- Róc Rách — 134
- Cái Đẹp Huế — 136
- O Ngoài Huế Nợ Tui Hai Cắc Hẻo — 137
- Thằng Bọ Huế — 140
- Với Huế — 142
- Nhớ Thuở Huế Ở Với Anh — 146
- Chiều Chiều — 147
- Công Chúa — 148
- Huế Buồn Chi Rứa Mấy O — 149
- Nguyệt thực — 150
- Đò Lên Huế — 151
- Nhan Sắc — 152
- Để Huế Mờ Mưa — 153
- Chút Huế — 155
- Còn Chút Hãy Về — 157
- Huế Và Em — 159
- Phan Ni Tấn - Huế và Em Hoàng Lan Chi — 161

Cồn Hến, Giữa Dòng Hương Xanh

Đã mê ớt đỏ cay nồng
Tìm trong vị hến một dòng Hương xanh
(ca dao)

Đang nghĩ ngoáy viết về chuyến đi Cù Lao Ré non tháng trước, chợt anh Năm, cả năm không thấy mặt, lù lù... hiện về rủ tôi qua Cồn Hến ăn Tết chơi, tôi nghe mà sướng rên.

Anh Năm là con nuôi của mạ tôi. Hồi trào Tây, lúc ba tuổi anh bị bỏ rơi ở Chợ Nọ trong xã Phú Dương, được ngoại thương tình nhận về nuôi. Tuy là con nuôi lớn hơn tôi một hai tuổi nhưng hồi nhỏ tụi tôi thường chơi chung nên tôi vẫn quen miệng gọi anh Năm bằng tên; còn anh xưng mi tau với tôi, mặc kệ tôi là con gái giả trai.

Lớn lên anh Năm lập gia đình ở rể phụ giúp ông già vợ hành nghề sửa tàu bè dưới bến đò Ba Bến gần cửa Chánh Tây chèo qua làng Trúc Lâm. Gọi là Ba Bến vì ở đây sông Kẻ Vạn gặp sông Bạch Yến nên có đến ba bến sông. Cận Tết năm nào anh chị cũng về Thành nội thăm mạ tôi ở phố Thuận Xương, tay xách nách mang lủ khủ không chục xoài thì chục mận, không mận thì ổi, cam, măng cụt; có lần anh ôm về một bó ô môi miệt Hậu Giang tôi ăn tới tím miệng. Chộ miệng tôi tèm lem ô môi anh cười nhạo con gái con lứa sắp tới tuổi lấy "dôn" (chồng) ăn chi mà vô hậu, tôi nguýt mắt "xí!" dài một tiếng chống chế nói tui là con trai mà. Mà thật đã lớn chồng ngồng cái đầu tôi vẫn thích cắt tóc ngắn, ăn mặc kiểu con trai, thực thì như hổ, nói năng ôi thôi văng mạng, lại võ nghệ rùm trời mới ghê. Lần mô về thăm mạ, gặp tôi anh Nắm cũng xổ thơ chọc quê: "Con gái Huế đẹp như rượu Làng Chuồn. Dịu dàng như búp nõn nường trà sen" bị tôi giở võ hù dọa, rượt anh chạy có cờ.

Đầu thập niên 1950, đường Thành nội đi Phú Vang không mấy gì êm. Xe đò vô ý sụp lỗ thì thôi rồi, không bứt bù lon cũng đi đoong con tán. Cũng may chuyến xe đò chúng tôi chạy êm ru bà rù. Xế chiều xe vừa tới Phú Vang, thay vì chuyển xe cho kịp chuyến đò qua Cồn Hến thì anh Nắm sinh tật rủ rê:

- Ê Hòa! Ghé vô trường Phú Vang rủ thằng Út Mội nhậu chơi mi.

Tôi tròn mắt ngạc nhiên, cự nự "Trường trung học người ta ai vô đó mà nhậu, ông nội". Sẵn miệng tôi cương "Với lại tui là con gái đó nghe" thì anh vỗ vai tôi bồm bộp, cười hề hề:

- Mi lúc mô mà không là con gái. Mà tau đố thằng

mô con mô biết mi con gái hè. Rồi anh chỉ tay qua bên kia đường, nói: "Xéo bên kia trường có quán nhậu của mệ Xíu Em Chợ Cồn, réo thằng tùy phái (tức Út Mội) một tiếng là hắn gật đầu cái rụp liền. Thằng nớ chắc khun còn nhận ra mi mô. "Biệt ly" từ hồi... ở lỗ tắm mương còn chi".

Sống chung một nhà từ nhỏ tôi chẳng lạ gì tính nết thẳng như ruột ngựa của anh Năm. Làm thì làm chết bỏ mà chơi thì chơi tới bến. Thấy tôi ngần ngừ anh lắc đầu, chắt lưỡi kéo tay tôi, nói nhỏ:

- Rượu gạo của mệ Xíu em không thua gì rượu Làng Chuồn, một thời tiến vua nghe mi. Mình ghé vô mần vài ba xị cho đã cáy đi. Sáng mai tau... cõng mi lội qua cồn cũng đặng, hối chi!

Tôi không phải là dân sành rượu nên ngồi phá mồi, đưa hơi cho có, còn thì hai trự cưa tới bến, tối mịt mới mò về nhà Út Mội ngủ.

Hôm sau, trời trưa trờ trưa trật anh Năm mới lồm cồm bò dậy hối Út Mội mượn đỡ chiếc xe Vespa 120 phân khối của ôn mệ hắn chở tụi tôi chạy tắt theo con đường đất xuống bến đò chợ Cồn. Bước lên sức nóng của đất và cát anh em tôi lần xuống bến vừa kịp lên đò chạy về hướng Tây trên sông Hương qua Cồn Hến. Lần đầu tiên được đi đò Cồn Hến, ngồi ở đầu mũi hít thở gió mát trong lành tôi mơ màng tưởng mình như đang lặn lội hết chiều sâu thăm thẳm của dòng sông Hương để hớn hở lên bờ ăn Tết với dân cư Cồn Hến.

Cồn Hến thuộc xã Hương Lưu, phường Vỹ Dạ, cách trung tâm thành phố Huế chừng 3km. Hàng trăm năm trước Cồn Hến được hình thành bởi phù sa bồi đắp thành cồn nằm giữa dòng sông Hương. Thuở đó, hai khe nước giữa cồn được phù sa sông Hương bồi đắp cạn dần, nên có thời Cồn Hến được gọi là "xứ cồn cạn" (Ai sinh cồn cạn này ra. Áo quần rách nát, thịt da gầy mòn).

Theo các bậc hương thân phụ lão kể lại thì Cồn Hến là do xác hến ở khắp các ao hồ, sông lạch trên dãy Trường Sơn đổ ra sông Hương tụ lại lâu đời mà thành gò nổi, chia sông Hương thành hai nhánh được mệnh danh là "Tả Thanh Long" đối mặt với "Hữu Bạch Hổ". Dân chúng thấy cồn này có vô số hến mới gọi nôm na là Cồn Hến. Người dân trên cồn sống bằng nghề cào hến, nhiều đến nỗi bán không xuể, ăn cũng không hết, phải làm ruốc hoặc chế biến các món ăn có vị cay.

Luận về cái tính có vị cay xé họng trong tô bún bò Huế hay nồng nàn cay trong dĩa cơm hến Huế, có lần tôi nghe "các thánh ăn cay" của xứ Huế đàm tiếu một cách rất chi là Huế, rằng "đất Huế cổ, dân Huế xưa" vốn sinh ra dưới... gốc ớt.

Anh Năm thường qua lại sửa chữa máy móc thuyền bè Cồn Hến gần như không công nên rất được lòng người dân ở đây. Khi đò cập bến thì trời đã xế trưa, anh em tôi được huynh đệ chùa Thầy đón về chùa nghỉ ngơi. Khi đi ngang qua đình thờ nghe văng vẳng âm ba của tiếng niệm Phật khiến lòng tôi bồi hồi, xao xuyến.

Sáng hôm sau, anh Nắm và tôi đi dạo một vòng bờ sông tràn ngập vỏ hến. Ở Cồn Hến, những con đường, những sân nhà, quanh ao, hồ đều lót bằng vỏ hến. Rảo bước trên con đường Cồn Hến, nghe tiếng vỏ hến lạo xạo dưới chân tôi có cảm giác như lòng mình cũng rộn lên... tiếng vỡ của vỏ hến. Đúng là Cồn Hến đâu có gì ngoài hến, vỏ hến bao phủ khắp mặt cồn.

Cồn Hến thuở đó chỉ có vài xóm nghèo chìm trong yên lắng. Nhưng ngày bắt đầu bằng tiếng cào hến, xúc hến của bạn dân đủ xua tan bầu không khí tĩnh mịch, cùng lúc những làn khói trắng từ nồi hến luộc chở mùi thơm nức nở theo làn khói trắng lan đi. Mùi hến dẫn chúng tôi vô chợ Cồn xem bà con chòm xóm đang xôn xao, nao nức mua sắm Tết. Nhìn tận mặt Cồn Hến hay hòa mình giữa chợ Tết tôi nhận thấy người chợ Cồn, nam hay nữ, già trẻ lớn bé đều ăn mặc đơn sơ, giản dị trong bộ đồ bà ba, bản tính hiền hòa, hiếu khách biểu lộ phẩm chất trong sáng của con người Cồn Hến. Nhìn quanh tôi thấy chợ Cồn Hến mang màu sắc dân dã mà hào sảng.

Buổi trưa anh em tôi ghé vô sạp bán cơm Hến, cháo Hến, bún Hến trứ danh của chị Tư Hến. Cơm Hến vốn xuất thân từ những bàn tay cần cù, chân chỉ của dân nghèo Cồn Hến nên cơm Hến chính là quê hương của

Cồn Hến Huế. Tuy là món ăn dân dã nhưng cách pha trộn, chế biến thôi thì đủ kiểu, đủ cách, đủ các loại gia vị. Từ nguyên liệu quen thuộc như cơm nguội, nước hến tươi, tóp mỡ, da heo sấy, mắm ruốc, hành khô, môn, bạc hà, thân ruột non chuối sứ, khế, rau má, rau thơm, giá, bún tàu, đậu phộng nguyên hạt, bóng bì chiên giòn, sợi mì chiên giòn, ớt màu, tương ớt chưng tiêu, bột ngọt, muối, mè, gừng và nguyên liệu quan trọng nhất không thể thiếu chính là hến tươi.

Nhìn tô cơm Hến tròn tròn, trắng trắng hấp dẫn, thơm lừng gợi tôi liên tưởng tới gương mặt cô gái Huế với cái nhìn e ấp, với đôi môi chín mọng và đôi má ửng hồng. Ngồi chò hỏ như anh Năm mà ăn "cái gương trăng" đầy đặn ni với lổn nhổn hến vừa chín tới trộn với các loại rau xanh chan thêm màu hồng đậm của tương ớt cay xé họng cũng đủ để nghe cơm Hến... hát lên trong miệng anh Năm. Thì rõ ràng là rứa tề. Chộ anh Năm vừa rung đùi vừa xúc từng muỗng cơm Hến tộng vô bản họng kèm theo tiếng rên hừ hừ vì cái thần thái ngon thần sầu của cơm Hến. Riêng tôi cũng không kém gì anh Năm, nữ thực như hổ mà, nhưng kín đáo hơn, yên lặng thưởng thức từng búng cơm hến "lăng ba vi bộ" xuống cái bụng vừa đủ no của cô gái Huế giả trai ở tuổi tròn trăng..

Buổi chiều đứng ở trên cồn nhìn hoàng hôn đỏ ối lấp loáng trên mặt nước gợi cho tôi một cảm giác thật yên bình. Đứng trên Cồn Hến nghĩa là tôi đứng với Huế của tôi. Huế có Đại nội, lăng vua, có chùa Linh Mụ, cầu Tràng Tiền... Huế có cả những tinh hoa thơm ngát của ẩm thực... Tất cả quốc hồn quốc túy của sông Hương, núi Ngự muôn đời vẫn thơm thảo nở rộ trên một miền đất oằn mình, co lại, dữ dội, vừa cổ kính vừa thâm trầm giữa miền Trung.

Anh Năm mất đã nhiều năm. Anh sinh ra ở đất chợ Nọ, lúc mất anh cũng được vợ con chôn trên đất chợ Nọ. Còn tôi tính đến nay tôi đã xa Cồn Hến, nói đúng ra tôi biền biệt xa Huế của tôi ngót nghét 60 năm ròng. Nhưng mà, trên dòng chảy của thời gian, cuộc đời của con sông thơm tho vẫn thấp thoáng bóng hình tôi trôi trên sóng nước xanh biếc, da diết và trữ tình.

Chuyến đi ăn Tết ở Cồn Hến với anh Năm, dù đã nhiều năm đằng đẵng trôi qua, vẫn để lại trong tôi biết bao kỷ niệm khôn nguôi. Thành phố Huế và Cồn Hến cách nhau có bao xa đâu song là một cuộc hành trình bằng đò đưa đầy cảm xúc, thú vị, nó gắn bó da diết với hoài niệm như một cái đẹp long lanh với người Cồn Hến.

Tôi kết thúc bài viết ở đây về Cồn Hến, với những xóm nhỏ, chợ nghèo nhưng nổi tiếng bên những dĩa cơm hến, bún hến, cháo hến ngọt lịm, thơm lừng.

Đã mê ớt đỏ cay nồng
Tìm trong vị hến một dòng Hương xanh
Ruốc thơm, cơm nguội, rau lành
Mời nhau buổi sáng chân thành món quê.

Thằng Bọ Của Tôi

Xứ Truồi ngọt mít thơm dâu
Anh đi làm rể ở lâu không về
(ca dao)

Đang tợp một ngụm rượu, thấy tôi tới cúi đầu mở miệng "Con chào Bố" lập tức cha vợ tôi dằn ly xuống bàn một cái "cộp", lườm tôi muốn rớt con mắt ra ngoài, nhăn mặt càu nhàu, thuyết cho một trận:

- Tau đã nói với mi bao nhiêu lần rồi. Bố với con cái chi. Mi dẹp ba cái trò lăng nhăng khách sáo của mi đi. Mà mi bị... Bắc kỳ hóa hồi mô rứa? "Bố bố con con" nghe bắt mệt. Hừ! Ngồi đi.

Tôi kéo ghế ngồi xuống, lừng khừng chống chế:

- Dà. Biết rứa, nhưng...

- Nhưng với nhị cái chi. Cha vợ tôi cự liền. Mi với tau là bạn từ cái thời còn ở lỗ tắm mương, ngày nào mà không mi mi tau tau. Chừ nghe mi xưng "bố với con" tau thấy nực gà quá. Mà răng mi tới một mình rứa? Còn mụ O của mi mô?

Người xưng "tau" dĩ nhiên là nhạc phụ của tôi; còn "mụ O của mi mô" là vợ tôi cũng là con gái rượu duy nhất của ông bà Bộ. Nhạc phụ tôi tên Bộ, Tôn Thất Bộ, hồi nhỏ tôi nhỏ tôi quen miệng gọi là Bọ, thằng Bọ. Trong đám bạn chơi với nhau chỉ có thằng Bọ là tôi thân nhất, đi đâu hai đứa cũng cặp kè ôm eo ếch, khoác vai nhau mà đi cà nhõng ngoài đường. Tụi tôi khắng khít như đỉa cho tới cồ đầu ông trời mới bắt xa nhau. Đó là ngày "ông Bộ" lễ mễ áo dài khăn xếp đi đò lên làng Truồi hỏi vợ đúng lúc tôi xếp bút nghiên lên đường nhập ngũ tòng chinh. Lúc mãn khóa tôi đinh ninh sẽ chọn miền Trung để chiến đấu cho gần nhà, rứa mà ai ngờ đường binh nghiệp đã đẩy tôi trôi dạt xuống tận mũi Cà Mau xa mịt xa mờ xứ Huế của tôi.

Đời người như con sông trôi hoài trôi mãi, trôi tôi xa quê ngót mười lăm năm không ngừng. Trong suốt thời gian đi hành quân mút mùa Lệ Thủy, thỉnh thoảng được ba ngày phép tôi vội vàng bay về Huế thăm gia đình, nhân tiện hỏi thăm "thằng Bọ" từ ngày lấy vợ, con cái chi chưa, sống chết ra răng v.v..., rứa mà tuyệt không ai biết. Huế trầm mặc, dân tình hiền hòa có lúc cũng... vô tình rứa thê.

Lặn lội ở miền Tây gần như hết đất, cho tới một ngày tôi được thuyên chuyển ngược về vùng 1, dãi đất miền Trung thân yêu của tôi. Điều kỳ ngộ nhất là sau gần một tháng hồi hương tôi cố dò la tin tức thằng Bọ thì tình cờ lại ngộ cố tri hắn đang đạp xe đạp ngang qua ngã ba Sình. Gặp lại nhau hai thằng bạn già mừng quýnh, bá vai bá cổ kéo nhau vô quán nước gần đó, bô lô ba la hỏi han nhau tận tình rồi chặp lâu cái ba hắn hẹn tôi về làng Truồi của nó chơi. Lúc lên yên đạp xe đi hắn còn ngoái cổ cười hề hề nói: "Mi chưa từng đặt chân lên Truồi thì quăng cái gốc Sịa của mi đi hỉ". Ở Huế ai mà không biết làng Truồi thuộc huyện Phú Lộc có núi Truồi, sông Truồi. Tôi biết nhưng chưa có dịp tới Truồi lần mô.

Một buổi trưa trời trong mây trắng, gió hiu hiu, chim kêu lít chít, tôi đi đò lên Truồi mới biết vợ chồng thằng Bọ còn có một cô con gái rượu tên Hường, ở tuổi đôi mươi, thanh khiết như sen vừa hé. Ca dao xứ Truồi thật chí lý:

Nước sông Truồi vừa trong vừa mát
Gái sông Truồi vừa đẹp vừa ngoan

Đánh giặc nhiều năm tưởng hồn mình đã thâm căn khú đế, ngọn lửa hùng xưa dầu cạn ngỡ trụi mầm, ai ngờ duyên ngộ tình cờ tôi chỉ chộ hình chộ dạng con gái hắn có một bận mà răng về nhà tôi "cực" luôn ba bốn ngày. "Cực" đây không phải là tôi có ý lụy tình lụy ái chi mà ngay lần đầu gặp mặt con gái thằng Bọ bụng dạ tôi ước chi cũng có một gia đình vợ con đề huề, dễ thương như hắn.

Ngặt một nỗi lính chiến sa trường bụi bặm như tôi lâu lâu về ghé thăm lần nào cũng bị thằng Bọ rầy rà: "Ôn mệ ơi! Áo quần với râu tóc bệt bạc rứa thê. Răng mi không nhuộm cho thanh thanh một chút, sạt lại cho sôm cái tuổi thâm trầm giùm tau cái".

Rồi hắn chắp tay sau đít, mặt hất lên trời triết lý cuộc đời qua một nhành mai: "Trên đầu già đến rồi..." (thơ thiền sư Mãn Giác).

Mệ Xoa, vợ thằng Bọ cũng không vừa chi, mệ tận tình sửa lưng: Anh Bộ nói đúng đó anh Hòa nờ. Lính bụi có ma nó mê. Mà anh có còn trẻ chi mô. Ráng chải chuốt ra chút lắm cô theo, anh chiến binh hỉ.

Tôi biết vợ chồng thằng Bọ "giữa" tôi với ý tốt nhưng ngặt một nỗi con gái tụi nó mỗi lần thấy "lính rằn ri" từ ngoài cổng xăm xăm bước vô là cô mặt sa mày sịa, quẩy đít lủi vô buồng.

Rồi mất nước, tôi đi tù Cộng sản từ Nam ra Bắc hết mười ba năm vì "có nợ máu với nhân dân". Khi được tha về tôi mới biết bọ mạ tôi mất đã lâu, nhà cửa, ruộng nương cũng không còn, tôi quyết định bỏ Huế về Sài Gòn sống đời trôi sông lạc chợ. Ban ngày tôi làm nghề bốc vác hàng hóa dưới bến Hàm Tử. Ban đêm ngủ bờ ngủ bụi sống qua ngày.

Một hôm buồn tình tôi ghé vô một tiệm sách trên

đường Nguyễn Trãi coi giá tiền cuốn The Call of the Wild của nhà văn Jack London để mua thì cô gái trong tiệm tới gần ấp úng hỏi: "Dạ... Chú? Chú Ho...à. Chú Hòa phải không?" Tôi chưa kịp nhận ra cô là ai thì cô nhìn vết sẹo trên cằm tôi òa lên: "Đúng là chú Hòa rồi" xong cô day mặt hướng vô nhà sau la: "Cha Mạ ơi! Chú Hòa! Chú Hòa tề!..." Lúc đó tôi mới nhận ra Hường, con gái của vợ chồng thằng Bọ, đã khác xưa rất nhiều, đẹp hơn, chững chạc hơn. Mười ba năm rồi chớ ít chi.

Sau cuộc tái ngộ ly kỳ đó, một buổi chiều cuối tuần, thằng Bọ và tôi ngồi sau hè nhâm nhi ly rượu đế thì mệ Xoa và cô Hường mang ra một dĩa gỏi xoài khô cá lóc và dĩa mực nướng đưa cay. Phượng vui vẻ chào chú Hòa xong trở vô nhà. Nhìn đôi mắt tha thiết, biết cười của Hường, "chú Hòa" nhận thấy có sự khác biệt rõ ràng so với ngày xưa mỗi lần thấy "lính rằn ri" tới thăm là cô nguýt háy, cố tình tránh mặt.

Mệ Xoa kéo ghế ngồi nhìn tôi, ôn tồn hỏi: "Anh Hòa nì. Răng anh không lấy vợ hỉ?". Nhìn Xoa rồi nhìn thằng Bọ, tôi nói nhỏ: "Già rồi, hơn nữa gia cảnh như ri ai chịu lấy tôi chừ?" Chợt thằng Bọ nói một câu làm tôi sững sờ, lặng người đi như không tin vào tai mình:

- Mấy hôm ni, vợ chồng tau đã bàn kỹ lắm rồi. Giữa cái xã hội hỗn độn như ri, cả nước đều chìm hết trong bia rượu, con trai cờ bạc, con gái thì mánh mung, con Hường đã ngoài 30, biết tìm ai vừa ý để lấy làm chồng".

Tợp một ngụm rượu xong thằng Bọ để ly xuống, giọng chắc nịch: "Con Hường cũng đồng ý để vợ chồng tau gả hắn cho mi".

Sau một hồi bàn cãi gay go cuộc tranh luận dịu đi, chúng tôi ngồi im lặng, trong đầu lan man nhiều ý tưởng. Hường và tôi nên sống ra sao - cố gắng chế ngự sự cách biệt về tuổi tác và nếp sống khác nhau bằng sức mạnh của lý trí, tính khiêm nhường và lòng tin tưởng để đắm mình vào cuộc sống sâu hơn, đằm thắm hơn. Cuối cùng chúng tôi cũng hiểu ý nghĩa chân thực, nỗi niềm thầm kín của nhau để rồi sẵn sàng chấp nhận mối lương duyên tiền định mà tôi và cả Hường cũng không kịp nghĩ tới.

Chú thích:

Thời của chúng tôi (thập niên 1940) chỉ có sông Truồi, chưa có hồ Truồi. Tuy nhiên nói tới xứ Truồi thì sau này dân xứ Truồi ai cũng muốn "gom" núi Truồi, sông Truồi, hồ Truồi, chợ Truồi, cầu Truồi, ga Truồi, đập Truồi... lại cho gọn, cho nôm na dễ nhớ và để "nó" (Truồi) còn in sâu trong tâm khảm những ai xa quê, như tôi.

Chị Dâu Mèn Đéc

Anh tôi lớn hơn tôi mười hai con giáp. Tuy chênh lệch tuổi tác nhưng hai anh em rất hạp ý, gần gũi nhau hết mực. Chỉ khác một điều là anh tôi có số đào hoa chiếu mệnh, dù chân trái hơi vẹo bẩm sinh, để ý lắm mới thấy. Lúc tôi mới chớm biết yêu thì tính ra anh học trò trường Quốc Học, là anh tôi, đã có tới mười lăm cô bồ. Trai Huế đa tình mà. Hết mấy o Nam Giao, Đập Đá, Lăng Cô, Truồi, Sịa, Sình tới các o Vỹ Dạ, Hương Cần, Phú Hậu, Hương Trà, Thủy Xuân v.v... Anh cao ráo, bảnh trai, hát hay, đàn giỏi, vẽ rất đẹp, thơ thẩn lại vung vít; còn tôi thì vụng về, sụt bệ, đụng tới đâu hư tới đó, dở thầy chạy. Tóm lại ông anh đắt đào bao nhiêu thì tôi ế chồng gọng bấy nhiêu. Tình đời cà chớn rứa đó.

Anh tôi có số đào hoa khiến các o bu theo hà rầm nguyên do có thể anh là một nghệ sĩ chân truyền từ ông ngoại, một nhạc sĩ cung đình Huế từ thời Khải Định. Ngoài ca Huế và nhạc cung đình triều nhà Nguyễn là kiệt tác cổ truyền mà anh tôi học được, anh còn là một nghệ nhân rất tài hoa trong nghề đàn nguyệt, nghề hát chầu văn cô Chín, ông Mười, cô Bơ, cô Bé rất ngọt trong những lần hầu đồng: Hát văn Cô Chín Giếng, Cô Chín Sòng Sơn thì xuất thần điệu nghệ:

Khi vui, cô Chín ngự chiếc xe rồng
Khi buồn, phách trúc, đàn thông, cung tì bà
Cung cấm Quảng Hàn Hằng Nga Dày thỉnh cô xuống
dương gian cô ngự đồng Chức Nữ cô ngự trên Sòng Sơn

Rứa mà khi theo bạn bè Quốc Học du Nam một chuyến, duyên nợ ra răng lại phải lòng một cô gái miền sông Hậu. Lúc lấy vợ anh không những không rước cô Bắc kỳ nào hay o Huế mô, lại lễ mễ ẩm về một nàng Trung Hoa tuốt miệt Lục Tỉnh Nam Kỳ, tiện tay khiêng luôn mấy câu ca dao địa phương, rứa mới ngộ:

Lần đầu ăn tô bún cá
Chạy dìa Rạch Giá bỏ má theo em
...
U Minh, Rạch Giá thị quá sơn trường
Dưới sông sấu lội, trên rừng cọp đua

(Câu ca dao trên có thể có từ trước hay sau khi chúa Nguyễn cử Nguyễn Hữu Cảnh chiêu mộ lưu dân tứ xứ vào khẩn hoang miền Nam.

Khi về làm dâu xứ Trung kỳ hỏi ra mới biết chị dâu tôi quê ở Sóc Xoài, cái xứ lạ hoắc lạ huơ, khỉ ho cò gáy đâu đâu tuốt dưới miệt Rạch Giá xa thăm xa thẳm mịt mù.

Nghe nói người miền Nam bình dân, giản dị, chị dâu Trung Hoa của tôi cũng rứa, xuề xòa, bộc tuệch bộc toạc dễ thương hết biết, không tào lao xịt bộp như mấy thằng bạn Trung kỳ chết tiệt tụi tôi. Nhưng ôn mệ ơi, nội cái tên họ có một không hai trên đời này của chị, nghe đã lạ tai lại dị bắt chết: Hứa Nhã Zín (đã *hứa nhả* rồi còn *dính* là răng?)

Giọng Bắc, Nam gì nói Zín (dờ in zin sắc zín) là có dấu sắc rõ ràng ràng chớ đâu như người Trung, nhất là mạ tôi suốt ngày cứ Dịn ơi Dịn ơi. "Con Dịn hắn mô hè?" "Dịn nì. Con ra chợ mua cho mạ hũ mắm ruốc hỉ". "Thằng Khạnh (Khánh) mô tê, kêu con Zịn vô phụ o Sen một tay cho kịp giỗ thê"...

Tên họ đã ngồ ngộ, cái giọng quê trất của chị cũng hết sức tự nhiên. Lúc mới về nhà chồng nghe chị nói năng thưa thốt cả nhà đều ngạc nhiên riết rồi quen tai, đâm ra thích nghe chị nói. Chẳng hạn thấy gì lạ mắt, chị la: "Ý mèn đéc ơi! Cái này là cái gì dzậy, cha nội?" "Cha nội" là chồng (choèng phua) của chị đó tề. "Mèn đéc! Má!... Cái này dưới quê Pà pá, Mà má (cha mẹ) tui hổng có đụng tới à nghen." "Cái này" là món mắm ruốc đó Mạ nờ. "Mèn đéc quỷ thần thiên địa ơi! Cái thằng mắc dịch này, thiệt tình..." "Cái thằng mắc dịch này" là tôi vô ý làm đổ nồi "Phật nhảy tường" khiến chị la làng, nhảy đong đỏng.

Từ ngày chị Zín về làm dâu, tiếng "mèn đéc" tha hồ bò lổn ngổn trong nhà riết rồi chị thành "chị dâu Mèn Đéc" luôn.

Chị dâu tôi được cái rất chi là chân chỉ hạt bột. Suốt ngày hết lui cui trong bếp (nấu ăn rất ngon, nhất là món "Phật nhảy tường") lại lụi hụi ngoài vườn. Hết lau nhà, giặt giũ lại cho gà, vịt, ngỗng ăn. Vừa làm chị vừa hồn nhiên ca hát, giọng hát véo von chở ba hồn bảy vía anh tôi lên cao ngất trời thiên. Hát tiếng Việt còn hiểu, đằng này chị chơi toàn tiếng Tàu *"Mei Gui Mei Gui Wo Ai Ni"*. Hỏi mới biết là bài *"Cánh Hồng Trung Quốc"*, lời Việt của Trọng Khương: *"Kìa một nàng Trung Hoa răng trắng tinh như là ngà. Nụ cười tươi như hoa thắm. Cô em tha thướt lượt là..."*

Thời Pháp thuộc, ngoài ý đồ chia Việt Nam thành ba kỳ để trị, không biết từ đâu lại lòi thêm mấy câu thòng đầy ác ý nhằm chia rẽ ba miền: *"Bắc kỳ ăn rau muống. Trung kỳ ăn mắm ruốc. Nam kỳ ăn giá sống".*

- Ê! Tên Nam kỳ kia đi đâu mà để lòi cọng giá sống ra sau đít thế nhể!?

Anh Nam kỳ cũng đâu có vừa, lập tức phun châu nhả ngọc trên đầu sóng lưỡi đến lạc cả vần điệu

- Bắc kỳ ăn cá rô cây. Ăn nhầm lựu đạn chết cha Bắc kỳ.

Anh Thừa Thiên thì khôn thấy mẹ nội:

- Quảng Nam hay cãi. Quảng Ngãi hay lo. Bình Định nằm co. Thừa Thiên ních hết.

Ối! Ai chửi gì cứ chửi, ai khôn thì nhờ, ai dại thì sa, riêng chị dâu tôi vẫn bình chân như vại, vẫn cất cao giọng trong trẻo, hồn nhiên với Cánh Hồng Trung Quốc *"Mei Gui Mei Gui Wo Ai Ni"*.

Năm 1964, tôi thi đậu tú tài toàn phần, được học bổng đi Pháp du học. Khi tôi tốt nghiệp Kỹ Sư Cơ Khí thì Huế xảy ra trận Mậu Thân, tuy gia đình Bọ Mạ tôi không bị gì nhưng tôi không về được. Vì công ăn việc làm, hai năm sau tôi mới có dịp về thăm quê nhà. Vừa bước chân vô nhà chưa kịp mừng tôi chợt đứng sững lại. Trên bàn thờ khói nhang nghi ngút, hình anh tôi và chị dâu Trung Hoa lồng trong khung kính còn rất mới. Trong hình anh tôi trông rất già, chị dâu tôi cũng không còn nét tinh anh. Đến lúc nghe tiếng khóc sụt sùi của Mạ tôi mới tỉnh người. Mạ nói trước Tết Canh Tuất một tuần, anh chị tôi không may bị xe đụng chết ngay trước cửa chợ Đông Ba. Giọng nói sụt sùi của Mạ tôi vẫn thấm sâu vào tâm can tôi một nỗi buồn man mác.

Bây giờ là năm 2023, ông Tịnh, Hồ Bửu Tịnh, người xưng "tôi" kể cho tôi viết ra cốt truyện này đã già rồi. Ông hiện sống cùng bà vợ đầm trong một căn nhà nhỏ ở ngoại ô Paris. Ba người con của ông bà đều trở thành bác sĩ, sống hạnh phúc cùng vợ con ở Mỹ.

Bước Xuống Bao Vinh

Xa cách Bao Vinh hơn 20 năm, đây là lần đầu tiên tôi trở lại phố cổ này dưới hình thù của một người lính. Bao Vinh nằm bên bờ sông Hương, thuộc địa phận xã Hương Vinh, quận Hương Trà, cách trung tâm thành phố Huế chừng 4 cây số về hướng Bắc. Lần trở lại này đã để lại trong tôi ít nhiều kỷ niệm khó quên.

Nhảy ra khỏi chiếc trực thăng chiến đấu UH-1 vừa đáp xuống căn cứ không quân của Mỹ ở phi trường Phú Bài tôi vẫy tay chào từ biệt anh chàng xạ thủ Stanley, nói " See you next time in Saigon, Stanley" thì hắn nhe hàm răng trắng ởn ra cười: "See you tonight in Bar, Lieutenant!". Hạ sĩ Stanley gốc Nam Phi, rất vui tính, hay giúp đỡ đồng đội, thích la cà trong những hộp đêm, nhất là mê mấy o Huế như điếu đổ.

Như đã hẹn trước, vừa ra khỏi cổng phi trường tôi

gặp ngay người chị họ đến đón tôi về Bao Vinh quê chị. Chị có một cái tên rất đẹp: Mỹ Khuê, tuy nhỏ hơn tôi 10 tuổi nhưng là con của ông cậu, anh ruột của má tôi nên hồi nhỏ chúng tôi quen xưng hô theo cung cách của ông bà đặt lệ xưa nay. Gặp lại chị Mỹ Khuê tôi nhớ ngay hồi xưa chúng tôi và mấy đứa bạn hàng xóm thường hay rủ nhau chơi trò cút bắt, u mọi, thảy đũa, ô quan, rồng rắn lên mây...

Vừa xong bậc tiểu học tôi theo gia đình về Sài Gòn, xa cách Bao Vinh của chị Mỹ Khuê từ đó.

Thời gian không ngừng đẩy con người đi về phía trước, chồng thêm trên vai, trên mắt môi, đầu tóc những con số của tuổi đời. Chị Mỹ Khuê hồi nhỏ đẹp như sen vừa chớm nay tuy không còn dáng vẻ lộng lẫy thời con gái nhưng trông chị như còn rất trẻ, vẫn mái tóc thề ngang lưng làm chị thon thả hơn và trẻ hơn.

Lớn lên biết tôi lớn hơn chị cả chục tuổi, lại thêm dáng vẻ phong trần ra, nhất là trên gương mặt đỏ ửng vẫn không giấu được vẻ thẹn thùng cố hữu của người con gái Huế trước vẻ bụi bặm của anh lính trấn thủ, chị giữ kẽ không xưng chị em như ngày xưa mà nhỏ nhẹ:

- Thiếu úy rằn ri phong trần có khác, đến Khuê cũng không kịp chộ ra Hòa.

Tôi cười cười: "Dạ, mấy mươi năm chị em mình xa cách đó thê".

Được nghỉ phép, mục đích của tôi về Bao Vinh lần này là để tìm thăm lại cảnh cũ người xưa là phố cổ Bao Vinh và chị Mỹ Khuê của tôi.

Không như thuở ấu thời, phố cổ Bao Vinh của lần trở lại này đã pha thêm nếp sống tân thời. Tôi nhận thấy những căn nhà lầu, kiến trúc hiện đại vươn lên cũng không che giấu được những căn nhà còn giữ nét hoài cổ đang xông lên mùi rêu phong, rã rệu lẫn mùi vị chiến tranh. Phi trường Phú Bài cách Bao Vinh chỉ chừng 19km mà dọc đường đi nổi bật màu nhà binh của đoàn xe cam-nhông đã vẽ nên toàn cảnh Bao Vinh bao trùm trong không khí chiến tranh. Hình ảnh những người lính trận với súng ống, đạn dược khiến cho Huế trấn mình khó thở. Bao Vinh mà tôi đang nhìn thấy không giống như thuở thiếu thời của tôi chạy nhảy, vui chơi trên vùng đất Sịa, bùn sình, lầy lội của ngoại hay cái thời nghịch ngợm leo trèo hái quít giấy ở Hương Cần, quê Mạ tôi.

Buổi trưa theo dòng sông Hương, chị Mỹ Khuê đưa tôi thẳng tới Thanh Long là về tới Bao Vinh. Bước vào nhà của chị, ngôi nhà thấp, cũ kỹ, tỏa ra cái không khí u trầm, tịch mịch, xa lạ hẳn với cái quá khứ rộn ràng, nhộn nhịp, hồn nhiên đầy luyến nhớ của tuổi trẻ.

Sáng ngày hôm sau khí trời tương đối mát mẻ, chị Mỹ Khuê và tôi chậm rãi ghé vào thăm chợ Bao Vinh. Chợ nhỏ, ít gian hàng, lưa thưa khách vào ra. Tôi còn nhớ ngày xưa vào những dịp cận Tết, chợ bày bán những sản phẩm của các làng truyền thống quanh vùng như nồi, niêu, chén bát, chum vại, rổ rá, tre đan... người ra kẻ vào mua bán tấp nập.

Đi trên đất Bao Vinh cùng chị Mỹ Khuê tôi có cảm tưởng như Bao Vinh xa xăm diệu vợi mà tôi chưa từng gặp mặt bao giờ. Bao Vinh mà ngày xưa thuyền bè buôn bán tấp nập của xứ Đàng Trong nay lại hiện ra trong lặng lẽ, im lìm.

Đứng trên cầu Bao Vinh tôi như nghe thấy thời gian cùng những biến thiên của lịch sử làm cho khuôn mặt Bao Vinh trở nên mờ nhạt. Hơn hai trăm năm trước gương mặt nổi bật của Bao Vinh là bến đò Bao Vinh còn gọi là bến đò ngang gác mũi lên bờ sông Hương chờ đưa khách qua lại làng rau Tiên Nộn, làng hoa Phú Mậu, làng hoa giấy Thanh Tiên, làng Sình với lễ hội đô vật... ở bên kia sông.

Từ một thương cảng sầm uất, Bao Vinh đã trở nên thưa thớt, vắng lặng đến nỗi chính chị Mỹ Khuê cũng ái ngại khi nghe tôi nhắc lại câu ca dao duy nhất của người Bao Vinh:

Bao Vinh cạn bợt hầm bờ,
Ghe thuyền lui tới mẹ chờ duyên con.

Tìm hiểu lịch sử đất Thần Kinh ta đều biết Bao Vinh nằm gần ngã ba, nơi sông Hương gặp hai con sông đào

Đông Ba và Cửa Hậu. Tồn tại từ hơn 200 năm, Bao Vinh nổi tiếng với nghề đóng hòm, khảm cẩn xà cừ, dệt vải, nề, ngõa, gạch ngói... Năm 1885, kinh đô Huế rơi vào tay thực dân Pháp, Bao Vinh bị tàn phá, mai một dần. Tuy không còn là cảng thị quan trọng nhưng hình ảnh Bao Vinh vẫn tồn tại với dãy phố cổ bên sông cùng kiến trúc nhà phố đặc sắc, mang đậm nét phố chợ vừa ở vừa buôn bán.

Xế trưa chúng tôi ghé vào thăm ngôi đình làng cổ nằm trên một con dốc khá trơn trợt vào mùa mưa. Đình làng Bao Vinh với hai cây bồ đề cổ thụ che bóng sân đình không ai biết đã có từ bao đời, là nơi để thờ phượng, chiêm bái, tế lễ cũng là nơi hội họp của dân làng. Chúng tôi cũng không quên thăm viếng chùa Thiên Giang nằm ở cuối phố cổ. Ngôi chùa cổ kính có chiếc chuông đồng khắc niên đại Gia Long *(Gia Long nhị niên, trung thu nguyệt, nhị thập tam nguyệt 1803)*. Ngôi Thiên Giang Tự này cũng là nơi vua Minh Mạng *(Minh Mạng thập cửu niên Mậu Tuất 1838)* và vua Tự Đức (Tự Đức năm Kỷ Dậu 1849) từng ghé thăm. Chùa Thiên Giang, ngoài thờ Phật còn thờ các bậc phi phàm có công với đất nước.

Tôi thương cái phố cổ với nhiều kỷ niệm này. Bao Vinh bề ngoài trông tầm thường nhưng từng có một quá khứ huy hoàng, gan góc đã mang đến cho tôi cái cảm giác rất riêng về vẻ đẹp của nó. Đó là vẻ đẹp bình dị mang dấu tích lịch sử của Bao Vinh giờ đây chỉ còn lại vài ngôi nhà cổ vẫn tồn tại hàng trăm năm, một cái đình làng rêu phong, một ngôi chùa cổ kính và bến đò ngang trầm lặng. Vẻ đẹp này chỉ có ở Bao Vinh dành cho những ai hoài cổ đều có thể nhận thấy Bao Vinh thật gần gũi, quen thuộc với cây đa, bến cộ, con đò, góc phố, đình làng, chợ quê..., tất cả như gộp chung thành một để gắng sức tồn tại với những người dân Bao Vinh hiền hòa, chất phác.

Chiều hôm sau chị Mỹ Khuê tiễn tôi ra bến đò. Chúng tôi lặng lẽ đi theo con đường đất men qua những ngôi nhà thấp cất sát nhau nhuốm màu rêu phong dẫn xuống bến đò. Chị Mỹ Khuê thì thầm: "Ba ngày phép trôi qua mau quá".

Bến đò Bao Vinh vắng vẻ. Chỉ có vài người đứng đợi đò. Khi đò cặp bến, hành khách lần lượt xuống đò, tôi là người xuống sau cùng. Chị lái đò đẩy sào. Đò vừa rời bến tôi chợt linh cảm không bao giờ còn gặp lại chị Mỹ Khuê nữa. Đời lính sống nay chết mai ai biết đâu mà lần.

Con đò đã đi một khoảng xa mà bóng chị Mỹ Khuê vẫn đứng đó, nổi bật trên bờ sông lặng lẽ.

Duyên Ngược Kim Long

(truyện dã sử)

Thuyền về Đại Lược
Duyên ngược Kim Long...

(ca dao)

Làng Đại Lược có từ hơn bốn trăm năm trước, do các bậc tiền nhân đặt chân đến khai hoang lập làng, biến vùng đất hoang vu, ngập úng trở nên trù phú, phát triển nhà cửa, dân cư đông đúc. Trước mặt làng Đại Lược có dòng sông Ô Lâu chảy từ thượng nguồn về phá Tam Giang. Từ thuở xa xưa nhờ dòng sông này một số dân làng đã dùng đò chèo đến Kinh thành (xa khoảng 35 cây số) để đổi chác hàng hóa, phẩm vật, mua bán thức ăn. Cũng chính nghề buôn bán đường dài này đã nảy sinh một mối lương duyên tiền định giữa làng Đại Lược và phủ Kim Long.

Chuyện kể rằng ông Lưu Biền, người làng Đại Lược, là một nhà buôn đồ cổ và chuyên vẽ tranh thủy mặc, một loại hình nghệ thuật dùng mực Tàu vẽ trên giấy hoặc lụa. Ngoài ra, Lưu Biền còn có năng khiếu vẽ truyền thần, không những nổi tiếng khắp kinh thành Huế mà tiếng vang còn lan ra các vùng lân cận cũng như các tỉnh giáp ranh.

Lưu Biền mồ côi cha mẹ, được một thương buôn tên Khất Di người Phúc Kiến nhận nuôi dạy. Được biết, ngoài buôn đồ cổ, vẽ tranh thủy mặc, ông Khất Di từng là thành viên của Hội Tam Hoàng (còn gọi là Thiên Địa Hội), vì biến động chính trị ở Trung Hoa đại lục ông đã di cư đến Việt Nam lánh nạn. Cuối cùng ông lưu lạc ra tới miền Trung chọn Thừa Thiên Huế làm đất sống. Cũng cần nói thêm, dưới trướng của tổ chức Hội Tam Hoàng ông Khất Di thuộc nhóm Hồng Côn, phụ trách lực lượng vũ trang và võ nghệ, lấy "Phản Thanh phục Minh" làm tôn chỉ.

Lưu Biền sống cùng nghĩa phụ ở vùng phụ cận Kim Long đến năm 17 tuổi, sức bền vai rộng, anh dồn hết tâm huyết và sinh lực vào nghề buôn, vẽ tranh và luyện công do nghĩa phụ truyền dạy. Mải mê học việc, trò theo thầy rày đây mai đó rong ruổi khắp cùng dải đất Đàng Trong.

Rồi thời gian trôi đi, trôi hoài, trôi mãi, trôi qua mái đầu Lưu Biền tóc đà điểm sương. Nghĩa phụ hồn hậu ngày nào từng gắn bó cuộc đời mình với đất Huế, đã trở nên hom hem, già yếu, rồi mất đi như mặt trái nghiệt ngã của cuộc đời. Đến lúc đó Lưu Biền mới chịu dừng chân. Dù cuộc dừng chân muộn màng ở tuổi ngũ thập tri thiên mệnh nhưng cũng là năm Lưu Biền lập gia đình. Vợ ông là tiểu thư con một viên quan thị vệ tên Giác Lâm, từ quan về quê Kim Long ở ẩn. Chuyện tình xảy ra giữa một thường dân áo vải và tiểu thư danh gia vọng tộc thường hiếm có, âu cũng là duyên trời định.

Hồi còn tại chức, sở thích của quan thị vệ Giác Lâm là sưu tầm cổ ngoạn và tranh vẽ quí hiếm. Biết tiếng Lưu Biền, nên có lần quan sai lính hầu vời Lưu Biền tới phủ đệ để giám định vài bức họa cổ cũng như những cổ vật mà ông muốn biết giá trị đích thực của nó.

Ngay lần đầu tiên vừa bước vào cửa phủ đệ anh thanh niên Lưu Biền chợt thấy một cô bé chừng bảy, tám tuổi, phong thái uy nghi, xinh đẹp khác thường ở hậu liêu vô tình đi về hướng Lưu Biền. Chợt nhìn thấy khách lạ, cô gái khựng lại khẽ cúi đầu như chào khách rồi cùng cô hầu cận nhẹ nhàng lui về phía sau. Về nhà đã mấy ngày chẳng hiểu sao Lưu Biền cứ bâng khuâng, hình dáng nhỏ bé, hòa ái kia sao có đôi mắt đẹp mà buồn đến vậy. Nhưng mải mê công việc rầy đây mai đó, Lưu Biền quên bẵng hình bóng cô tiểu thư áo lục đẹp như trăng vừa nhú.

Chừng mười năm sau, quan thị vệ Giác Lâm lại cho vời Lưu Biền đến phủ đệ. Lần này không phải vì các cổ vật mà chủ ý để Lưu Biền vẽ chân dung Xuân Hương, con gái rượu duy nhất của nhà quan. Xuân Hương nay đã trở thành thiếu nữ xuân sắc, thanh nhã, quí phái, đẹp bừng lên. Tuy nhiên, đặc biệt lần này Lưu Biền được chỉ thị vẽ chân dung tiểu thư Xuân Hương từ một quãng xa.

Nghệ thuật vẽ chân dung khác với vẽ tranh thủy mặc, nhất là từ một khoảng cách khá xa, đòi hỏi họa sĩ phải chú tâm ghi nhận từng đường nét, góc cạnh gương mặt của đối tượng làm tâm điểm để hoàn thành tác phẩm. Lăn lộn ngoài đời đã nhiều năm, Lưu Biền chưa từng thấy ai giống Xuân Hương bởi toàn bộ thần thái toát ra khi cô hồn nhiên ngồi đàn ca mà không hề hay biết ý định của thân phụ cô khiến Lưu Biền cảm thấy lòng mình máy động. Trong khi phác họa chân dung tiểu thư, có lúc Lưu Biền cảm thấy Xuân Hương trông như một thực thể mờ ảo song cuối cùng quan thị vệ rất hài lòng khi bức truyền thần Xuân Hương được Lưu Biền hoàn thành.

Trên đường băng qua cầu Bạch Hổ trở về nhà, tiếng đàn thanh thoát của tiểu thư Xuân Hương vẫn văng vẳng bên tai Lưu Biền. Trong khu vườn lục hòa rộng mát, hương hoa tỏa khắp, tiếng hát hồn nhiên với lời lẽ thanh tao của Xuân Hương như con chim họa mi hót ra từ đôi môi mọng thắm gắn liền với gương mặt trái xoan không hổ danh gái đẹp đất Kim Long.

Kim Long, tên một làng nhỏ nằm ven sông Hương nơi có chùa Thiên Mụ, là một trong những vùng đất có lịch sử lâu đời nhất của cố đô Huế. Thời các vua triều Nguyễn, đất Kim Long được ban cho các bậc thân vương, đại thần xây cất phủ đệ, trở thành cái nôi của các ông hoàng bà chúa đã sinh ra những mỹ nhân được người đời không ngớt truyền tụng nhan sắc.

Riêng với Lưu Biền, con sông và bến đò Kim Long đã gắn bó với ông suốt quãng đời thơ ấu cho đến tuổi về chiều. Chính bờ sông Kim Long này (bên kia bờ là đất của các phủ đệ) là nơi đêm đêm vắng người Lưu Biền hay ra luyện công nhằm cường thân kiện thể.

Một buổi tối mờ trăng, Lưu Biền đang ngồi ven bờ sông tư lự với ánh trăng mờ chợt nghe tiếng kêu thất thanh của một cô gái và tiếng người hò hét đấu đá nhau khiến ông giựt mình. Biết có biến, Lưu Biền chồm dậy, chạy vụt tới thì thấy quan thị vệ Giác Lâm đang ra sức bảo vệ tiểu thư Xuân Hương nhưng yếu thế trước ba tên côn đồ. Bằng tất cả sức lực của một võ sĩ, Lưu Biền lao tới phóng ngọn cước cực mạnh vào mặt tên đang kéo lết Xuân Hương khiến hắn ngã vật xuống không kịp kêu lên một tiếng, nằm bất động, cùng lúc ông xòe năm ngón tay bấu vập vào mặt tên kế bên khiến hắn gào lên đau đớn ôm mặt dụi đầu xuống đất. Tên thứ ba không ngờ tình thế đảo ngược quá nhanh khiến hắn hoảng hốt tháo lui bỏ mặc đồng bọn, cắm đầu chạy thục mạng.

Lưu Biền không muốn quan thị vệ bối rối trước tình cảnh thất thế của nhà quan nên ông nhanh nhẹn lắc mình vào màn đêm mất dạng.

Nhưng quan Giác Lâm đã nhận ra, nhất là tiểu thư Xuân Hương biểu lộ tâm tư thầm kín, cô nghẹn ngào: "Ông Lưu Biền, cha à." Quan thị vệ gật đầu khẽ thở dài: "Cha biết". Dù không nói ra nhưng quan và tiểu thư đều cảm động trước nghĩa cử của Lưu Biền. Quan Giác Lâm biết rõ ân đền oán trả là quy luật không thể thiếu của một võ quan.

Thời gian trôi nhanh như một cơn gió thổi qua phủ đệ. Quan thị vệ Giác Lâm lẫm liệt ngày nào giờ đây tóc đã pha sương. Nội lực thâm hậu giữa võ trường năm xưa đang mòn dần trong một hình hài hom hem già yếu. Trước cuộc phù sinh đời như gió thoảng, Xuân Hương đã trở nên chín chắn khiến Giác Lâm không khỏi bận lòng. Ông nghĩ về con ông như nghĩ về một loại thảo mộc trường tồn và mãi mãi. Nhưng đứng trước tuổi già sức yếu của ông, thực tế cuộc đời Xuân Hương mong manh như một cánh bướm. Nhiều lần ông dò ý về hôn nhân Xuân Hương đều cúi đầu im lặng. Có lần tình cờ nhắc đến Lưu Biền, dù kín đáo Xuân Hương vẫn không giấu được nỗi bồi hồi xúc động; lúc đó ông mới hiểu ý con mình làm ông thực sự bồi rối. Bao nhiêu năm tháng bình yên trôi qua trong cuộc sống vinh hoa phú quí đến khi chạm mặt với biến cố tưởng chừng mất mạng ông mới giựt mình. Khi bọn bất hảo xuất hiện, lòng bất nhẫn của chúng như đường gươm ác liệt đã phơi bày một lớp cắt ngang cuộc đời Giác Lâm. Bị tước đi sức mạnh, Giác Lâm mới nhận ra sống đời quyền uy ông chưa từng làm được việc thiện nào cả. Tự nhiên ông nghĩ tới Lưu Biền. Trên dòng đời chông chênh đầy cạm bẫy, quan thị vệ đã đặt lòng tin cậy nơi Lưu Biền mới có thể bảo vệ được con ông. Cuối cùng đoạn đời của quan Giác Lâm cũng âm thầm khép lại với chút bụi trầm luân và nỗi niềm thống hối.

Năm tháng lặng lẽ trôi qua như tiếng thở dài. Buổi sáng tháng Ba, gió mùa thổi dọc theo bờ sông Ô Lâu hợp cùng sông Bồ tràn vô vùng đất trũng đầy cỏ lác và lau sậy. Đây là khu mộ địa, nơi an nghỉ cuối cùng dành riêng cho các ông hoàng bà chúa phủ Kim Long. Thường ngày, cảnh tượng vắng vẻ rất hiếm bóng người lai vãng, bãi tha ma càng tăng thêm vẻ cô tịch..

Nắng lên cao phả hơi nóng xuống cánh đồng. Gió mùa vào tiết tháng ba thường thổi mạnh, khó khăn lắm Lưu Biền mới đốt được nén nhang. Trong lúc Lưu Biền kính cẩn bái lạy nhạc phụ thì Xuân Hương thành khẩn khấn vái trước mộ thân phụ nàng. Lưu Biền, một thảo dân, không thể tưởng tượng được có ngày tiểu thư Xuân Hương lại là hiền thê của ông.

Thuyền về Đại Lược
Duyên ngược Kim Long,
Đến đây ngả rẽ đôi dòng
Biết nơi mô bến đục, bến trong cho em nhờ.

Thưa quí bạn đọc.

Truyện dã sử là loại truyện thường dựa theo những sự kiện lịch sử có thật mà viết thành. Tôi, người viết truyện dã sử trên lấy trí tưởng tượng thêm thắt để tạo nên những tình tiết mang nhiều kịch tính làm nền cho nội dung có hậu. Có những chuyện đời không thể sửa được nhưng cũng có thể ngược lại, như cốt truyện tôi kể trên. Ta đều biết lời kinh Bắc truyền Bát Nhã Tâm Kinh từng bật dậy một sức sống mãnh liệt của tỉnh thức: Sắc Bất Dị Không. Không Bất Dị Sắc. Có mà Không. Không mà Có...

Rể Làng Chuồn

Trung úy Bửu Tùy vừa từ mặt trận về gặp đúng bữa ăn chiều nhà đang dọn ra. Hương vị của cơm canh, thịt cá khiến chàng lính rừng rối rít, xuýt xoa xề vô mâm cơm ních một hơi bảy tám chén ự. Thiên Hương, vợ người hùng, chờ chàng cơm nước xong mới nhỏ nhẹ nhắc làm cả nhà cười vang: "Anh nì. Nhà ni không quen súng đạn mô. Anh đem vô buồng cất giùm em cấy". Đúng là lính rừng lâu lâu về thành phố gặp ngay bữa cơm gia đình là xề vô vồ vập như con gấu đói khát lâu ngày, quên khuấy súng đạn mang đầy mình. Mà cũng đúng. Hành quân liên miên trên rừng trên núi, lương khô làm chuẩn sao bằng cơm nhà quà vợ.

Từ ngày về ở rể, gia đình bên vợ đều khoái anh lính hộ pháp vui tính này. Ngoài mặt trận về tới nhà là xắn tay áo việc gì cũng làm ráo, vừa làm vừa thản nhiên ca hát vang lừng nhà cửa. Từ sơn nhà, dựng cổng, lót gạch, sửa điện, thay ống nước, cuốc đất, làm vườn, kể cả giúp vợ phụ bếp... lăng xăng không chừa thứ chi. Dáng dấp dềnh dàng rứa, râu ria bặm trợn rứa, súng đạn đầy mình rứa mà tâm hồn lại nghệ sĩ một cây xanh dờn. Mỗi lần Bửu Tùy hành quân về mấy đứa em vợ, trai cũng như gái đều thích quây quần bên người hùng háo hức nghe kể hầm bà lằng xắng cấu đủ thứ chuyện trên trời dưới đất, chuyện nào cũng tếu táo, dí dỏm khiến lũ trẻ nhiều phen cười bổ nghiêng bổ ngửa. Ban đầu bọn trẻ thích nghe chuyện cổ tích Thánh Gióng, Tấm Cám, Thạch Sanh Lý Thông, Ba Giai Tú Xuất, con Tò He xong tới chuyện đánh giặc. Xưa nay đánh giặc là chuyện chết chóc, gió tanh mưa máu, súng đạn ì đùng rứa mà được ông anh rể kể bằng trí tưởng tượng phong phú pha trộn giữa thực và hài, như vừa lùng giặc vừa ăn lương khô sặc máu, chuyện nửa khuya lò mò rình nghe tiếng con dế gáy, chuyện mùa mưa muỗi chích, vắt cắn, đỉa bu, chuyện miếng bom cắm phập vào đùi nghe một cái sịt máu chảy hết trăm lít v.v... Chuyện nào cũng ly kỳ, hấp dẫn, phiêu lưu, hài hước từ đầu tới cuối. Có điều chuyện chi rồi rốt cùng chúng nằng nặc đòi nghe cho bằng được chuyện tình của bà chị thân yêu với ông anh rể quý mến của mình v.v và v.v...

Hồi học trường trung học Quốc Học anh chàng Bửu Tùy đi học về là quăng cặp-táp vô một góc, không lao xuống giường thì ngồi phịch xuống ghế hì hục viết văn, lăng xăng viết nhạc, sáng tác cả thơ thẩn với mục đích cao vời nhất là tán tỉnh o Hương, hoa khôi Đồng Khánh. Cái câu "đẹp trai không bằng chai mặt" rất xứng với anh chàng Quốc Học cố bám theo o Đồng Khánh cho tới khi rớt tú tài 2 đi lính về vẫn lì lợm, chai mặt bám theo O như đỉa đói đến nỗi ông tơ bà nguyệt chịu đời không thấu bèn cột dây tơ hồng cho đôi lứa nên vợ nên chồng. Trai thời loạn cưới vợ ở rể được năm ba ngày phép lại lên đường sống chết cùng súng đạn ngoài mặt trận khiến cả nhà lên ruột. Cho nên mỗi lần thấy trung úy Bửu Tùy ầm ầm về phép là lũ trẻ mừng ra mặt; còn người lớn vội cất cái thót ruột qua một bên để vui cùng chàng rể phong trần, vui tính, dễ thương hết biết.

Từ ngày Bửu Tùy, chàng rể Làng Chuồn về ở rể mang cả rượu Làng Chuồn về theo làm thơm phức cả nhà, từ đó danh tửu không thể thiếu trong những dịp tế lễ, xuân về tết đến. Làng Chuồn thuộc huyện Phú Vang nằm cạnh đầm Chuồn, một trong đầm lớn của phá Tam Giang, ở đó có rượu Làng Chuồn, một loại danh tửu. Rượu Làng Chuồn từ lâu đã nức tiếng thơm ngon bậc nhất xưa nay của kinh thành Huế. Không chỉ là "Ngự Tửu" một thời tiến vua triều Nguyễn mà còn là một loại hình nghệ thuật gắn liền với văn hóa, lịch sử và đời sống của người dân Làng Chuồn nói riêng và cố đô Huế nói chung. Vào những dịp hội hè, lễ lạt, ông già vợ và chàng rể Bửu Tùy rất tâm đắc trong cuộc đối ẩm. Rượu Làng Chuồn đưa cay cùng mấy con khô, cạnh vài trái xoài, trái ổi cũng làm nên lượng tửu đôn hậu, hưởng được cái không khí gia đạo tình thâm.

Chiều cuối năm thị trấn Phong Điền trời se se lạnh.

Ông Bính lặng lẽ ngồi trước hiên nhà độc ẩm vài ba sợi Làng Chuồn giải phá cơn sầu. Ngoài kia xuân về hương thơm của danh tửu Làng Chuồn bay khắp trời Phong Điền, rải khắp đất Thừa Thiên Huế.

Rứa đọ. Rứa tề. Rứa mà khi ông Bính ngoái đầu nhìn vô trong nhà thì nỗi buồn lại ập vào mặt ông không thương tiếc. Trước bàn thờ tổ tiên nghi ngút khói hương, Thiên Hương, con gái ông đang thắp nhang khấn vái vong linh chồng mình, cố đại úy Bửu Tùy.

Đầu năm 1969 trung úy Bửu Tùy tử trận trong một trận đánh đẫm máu trên đồi A So, thuộc A Lưới, một huyện miền núi phía Tây Bắc tỉnh Thừa Thiên Huế. Ngót một tháng sau mới hốt được xác.

Lịch sử dân tộc Việt Nam từ bao đời luôn gắn liền với non sông đất nước chứa chan mầu mỡ. Sức chảy của nước pho pho so với sức khỏe của đất là nhờ một phần xương thịt của quân dân hai miền trong đó có phân bón của rễ Làng Chuồn: Bửu Tùy.

Đi Qua Của Thượng Tứ

Nhân ngày lễ Vu Lan, tôi đến thăm Mạ tôi cũng là để mừng đại thọ 98 tuổi của bà. Nhà Mạ cách nhà tôi chừng bảy phút đi bộ. Mỗi lần tôi ghé thăm bà rất vui, nói cười sang sảng. Ở cái tuổi gọi là bách niên giai lão Mạ tôi vẫn còn khỏe mạnh, tinh thần minh mẫn, nhớ cặn kẽ từng câu chuyện đời xưa ở Huế. Lìa xa Huế ngót 70 năm mà giọng nói của bà vẫn nặng thổ ngữ Huế, Huế rêu phong, cổ kính rứa bà vẫn nhớ rất rõ. Có lần Mạ tôi hỏi:

- Hòa nì. Mi còn dớ (nhớ) Hoàng thành có mấy cửa khun?

Tôi xa Huế lâu quá, không còn nhớ chi nhiều về Huế, nghe Mạ hỏi tôi lớ ngớ: " Dà. 13 cửa Mạ hè?"

- Khun phải rứa! Bà lắc đầu gắt nhẹ. Đó là cửa Kinh thành khác với Hoàng thành. Hoàng thành còn gọi là Đại nội tề, là vòng thành thứ hai bên trong Kinh thành. Mi nhớ chưa? Hỏi rồi bà tự trả lời luôn: "Hoàng thành có bốn cửa, con hỉ. Cửa Ngọ Môn là cửa chính ở phía Nam, mi nì, cửa Hiển Nhơn ở phía Đông nì, phía Tây có cửa Chương Đức, phía Bắc có cửa Hòa Bình".

Bốn cửa Đại nội có cửa tôi còn nhớ tên, có cửa lại quên nhưng cửa Thượng Tứ phía ngoài Kinh thành thì tôi nhớ hoài nhớ hủy.

Cuối thập niên 1930, thời còn thắp đèn chai, mối thâm duyên kỳ ngộ đầy đưa chi đó mà Mạ tôi đã về với Cha. Thời Cha tôi làm Tri phủ, là chức quan văn thuộc Bộ Lại của triều đình nhà Nguyễn được vua ban cho đất đai, nhà cửa ở bên trong phường Thuận Thành gần cửa Thượng Tứ. Năm 1939, Cha tôi giũ áo từ quan, Mạ mới sanh ra anh tôi, sáu năm sau mới có tôi, phận gái. Sau này Mạ nói tôi mới biết ngày 23 tháng 9 năm 1945, Pháp đem quân trở lại Việt Nam đúng lúc tôi oe oe cất tiếng khóc chào đời. Mạ cũng nói mỗi lần cho tôi bú bình, Mạ phải bồn (bồng) tôi đi loanh quanh cửa Thượng Tứ, Cha và anh tôi cũng đi theo dỗ dành tôi mới chịu bú.

Khi tôi đủ lớn khôn Mạ hay nhắc tới cửa Thượng Tứ, ở đó những lần khát sữa tôi thường giãy nảy làm vung vãi sữa xuống đất. Chao ôi! Nghĩ lại thuở ấu thơ độ mà thương cho hạnh của đất Thượng Tứ cũng dịu dàng như hạnh của Huế tôi rứa thê.

"Nhưng cửa Đông Nam còn gọi là cửa Thượng Tứ là răng Mạ hè?" Có lần nghe tôi hỏi Mạ mỉm cười xoa đầu con gái, ôn tồn giải thích. Tôi còn nhớ đại khái như ri:

Gọi là cửa Thượng Tứ vì ngày xưa, ở gần bên trong cửa thành này, triều đình đã lập nên một viện Thượng Tứ, chuyên trông coi việc nuôi ngựa để dẫn xa giá cho Vua. Thuở xưa, phương tiện di chuyển của vua chúa thường dùng ngựa hoặc xe kéo bằng ngựa. Mạ tôi giải thích thêm, rằng chữ Thượng có nghĩa là trên cao, ý chỉ là Vua. Chữ Tứ chỉ xe bốn bánh do ngựa kéo (Tứ mã).

Cửa Thượng Tứ còn gọi là Đông Nam Môn, nằm ở bên trái Kỳ đài Kinh thành Huế, gần khu vực nuôi ngựa nên người dân quen gọi là cửa Thượng Tứ, dù trên vọng lâu của cửa vẫn có ghi ba chữ Đông Nam Môn.

Nói tới ngựa Thượng Tứ tôi vẫn nhớ hoài hồi nhỏ trong phường Thuận Thành, nhà của quan Tự thừa - chức quan coi việc giữ đền miếu - có năm cô con gái. Cả năm cô, có chị có em đều thích mon men qua nhà chơi với tôi. Khi vô trong nhà, năm cô đều xuýt xoa, trố mắt chộ đồ vật của tôi chưng trên đầu giường. Con búp-bê tóc vàng, cái kẹp tóc sừng trâu, đôi vòng ngọc thạch, cái mũ len kết bông hoa bằng nhựa. Cái chi cũng lạ với các cô nhưng được cái là không O mô sờ mó chúng. Ai đời năm O ngoan rứa nhưng về nhà lại ba hoa xích đế, hoang bà cố.

Cửa Thượng Tứ là cửa để ngựa ra vô nên mỗi lần có việc khẩn họ điều ngựa chạy rần rật. Sau này các O Huế nào có tánh lanh chanh, lắc xắc là có câu mắng ví von của mấy mệ: "Con gái mà chạy rật rật như ngựa Thượng Tứ rứa tề" Cũng y rứa, chiều chiều tôi thường nghe mệ Tự, vợ của quan Tự thừa, cũng là mạ của năm cô gái hàng xóm thích phá phách, ưa cười đùa, chạy nhảy là bị la rầy: "Con gái con lứa chi mà lắc xắc, rật rật như ngựa Thượng Tứ rứa bây?"

Chuyện tôi kể trên, nay đã lùi thật sâu trong quá khứ. Cha và anh tôi đã về trời từ lâu. Người đã mất nhưng những kỷ niệm và hình ảnh của họ tôi vẫn cất giữ và tiếc thương. Nhớ tới họ tôi vẫn nhớ tới phường Thuận Thành, nhất là cửa Thượng Tứ, nơi tôi thường ra vô nhiều lần, cho tới một ngày tôi đi qua cửa Thượng Tứ rồi không bao giờ trở lại.

Xa quê Huế, một dãi đất miền Trung muôn ngàn thương nhớ. Ở đó có phường Thuận Thành, cái phường nhỏ như xóm quê thuở xa xưa có Cha Mạ, có anh tôi và có cả năm cô con gái nghịch ngợm của quan Tự thừa. Thuận Thành, một phường nhỏ, một xóm quê bề ngoài tầm thường nhưng chứa đựng trong nó biết bao niềm vui, nỗi buồn đã lấn át tất cả các tình cảm khác của riêng tôi.

Ngày nay, với tôi, cửa Thượng Tứ, nơi đó Mạ tôi thường ẵm tôi ra đó dỗ cho tôi bú, nơi đó những giọt sữa vẫn mềm mại, vẫn rơi hoài rơi mãi trong trạng thái vui buồn lẫn lộn, của tôi.

Ngoại Gánh Huế Theo

Quê nội tôi ở Cần Giuộc. Quê ngoại lại ở Huế. Một bổn hai quê cho nên trong tôi chảy hai dòng máu Trung Nam kỳ. Nó không chảy ngược xuôi như dòng sông Cái Lớn ở Rạch Giá, mà nó hòa quyện vào nhau nhẹ nhàng chảy vào đời tôi.

Nói về quê ngoại, khi lớn lên chúng tôi chỉ biết có bà ngoại; còn ông ngoại đã mất từ khi chúng tôi chưa ra đời. Má tôi nói ông ngoại Hồ Tống Huy, người làng Hương Cần, tỉnh Thừa Thiên Huế, xưa kia là quan thất phẩm kiêm ngự y của triều vua Khải Định.

Hoàng tử Nguyễn Phúc Bửu Đảo, con vua Đồng Khánh, khi lên ngôi năm 1916 lấy niên hiệu Khải Định, vị hoàng đế thứ 12 của triều đình nhà Nguyễn, là một ông vua ưa chuộng phong cách văn minh Tây phương. Vua có tất cả 12 bà vợ. Khi vua nạp phi, bà cố tổ của chúng tôi, bà Hồ Thị Chỉ, con gái quan Thượng thư Hồ

Đắc Trung, được phong làm Nhất giai Ân phi. Gọi là Nhất giai (đệ nhất) vì bà là Chính phi được triều đình cưới hỏi khi Khải Định lên ngôi.

Là con của quan đại thần nhà Nguyễn, bà Hồ Thị Chỉ vừa nết na, đoan trang vừa giỏi tiếng Pháp, vua muốn bà làm vợ kiêm thông ngôn mỗi khi cần tiếp xúc với quan thầy Pháp. Nhưng số phần bạc bẽo run rủi bà Ân phi (trước là người tình của vua Duy Tân) vào cung không bao lâu vua Khải Định mất (năm 1925) buộc bà rời khỏi hoàng cung sống trong trạng thái trầm cảm đến năm 1982 thì qua đời.

Hiện nay, ở làng Hương Cần, tỉnh Thừa Thiên, Huế, nhà từ đường của dòng họ Hồ vẫn còn thờ di ảnh của ông ngoại và bà cố tổ bạc phận này. Nhà từ đường do rể của ngoại là ông Jean Maurice, phu quân của dì tôi lập nên.

Lúc sinh thời, ngoại tôi có tám người con đều sinh trưởng tại Huế. Bà ngoại tôi người làng Sịa, huyện An Gia, tỉnh Thừa Thiên Huế. Khi ông ngoại tôi mất, ngoại dắt đàn con rời đất Thần Kinh vô Nam lập nghiệp, lần hồi theo năm tháng tám người con của ngoại mới tuần tự lập gia đình. Về sau, dòng họ Hồ tản mác khắp nơi, người về Sài Gòn, người lên Pleiku, người ra Qui Nhơn, người đi Phú Bổn... Ngày nay tám người con của ngoại chỉ còn lại má tôi, dì Mười và dì Út, mỗi người một phương trời cách biệt.

Nói tới ngoại tôi lại nhớ tới một món quà hết sức bất ngờ được gởi từ tay... anh "thực dân Pháp". Chuyện như ri: Hồi nhỏ tôi đang đứng xớ rớ trước cửa tiệm thực phẩm của ngoại, chợt nghe có tiếng bô lô ba la lạ tai, dòm lại thì thấy ba bốn "thằng Tây" mắt xanh, mũi lõ mặc bộ đồ kaki vàng, quần sọt, áo ngắn tay, đầu đội mũ kalo đang lao nhao trên chiếc xe Dodge. Tôi tò mò ngước mắt nhìn họ, bất ngờ một "thằng Tây" tóc vàng toét miệng cười la *"Eh! Petit Garçon!"*, tay thảy cho tôi một thỏi sô-cô-la. Sáng thứ bảy nào đội nhà bếp Tây cũng hay lái xe Cách Cách (Dodge Quatre) mui trần, không cửa đi chợ mua "la gim" (legume: rau đậu, trái cây) ở tiệm thực phẩm của ngoại. Khi khổng khi không chộp được "món ngon vật hiếm" tôi mừng quýnh, lọt tọt chạy vô hẻm, dựa góc kẹt đứng nhai chóp chép đã thèm.

Hồi nhỏ, mấy anh em tôi tuy ít gần gũi với ngoại bằng nội, nhưng hai bên nội ngoại đều hiền như Bụt, cháu chắt đứa nào cũng thương. Rồi thời gian trôi đi, đàn con đàn cháu lớn lên mỗi người một hướng, xa quê. Riêng tôi, sau khi tốt nghiệp trường Bộ Binh Thủ Đức tôi chọn miền Trung để chiến đấu. Có lần, từ Đông Hà, Huế, tôi được phép trở về quê thăm. Đang lim dim lần chuỗi thấy tôi ngoại nhỏ nhẹ: "Thằng Hòa đó hỉ. Mi đi lính ở mô lâu rứa? Lần ni về thăm ngoại hỉ". Thấy ngoại già yếu mà thương.

Ở đời có những hiện tượng tâm linh khó bề giải

thích. Tôi đâu ngờ về quê lần này lại là lần cuối cùng tôi gặp ngoại. Khi trở ra đơn vị tôi mang theo một nỗi buồn nặng trĩu. Cái nỗi buồn mà tôi cứ nhớ hoài, nhớ mãi, gần như bị ám ảnh bởi tiếng kêu giữa khuya của con người, lúc ngoại tôi mất.

Đêm hôm trời mưa nhẹ, những giọt mưa lắc rắc rơi trên mái tôn ru tôi vào giấc ngủ nồng. Cho đến nửa khuya, khuya lắm, đâu chừng canh ba, cả nhà bỗng bị đánh thức bởi tiếng kêu thảng thốt ở đưới hẻm vọng lên: "Chị Ba ơi! Mạ chết rồi!". Đêm hôm khuya khoắt, tiếng kêu của dì Út như giục giã, gào lên thống thiết, kéo theo cả thổn thức, cả đau đớn lẫn nghẹn ngào. Dì Út ở cách nhà ba má tôi khoảng hai cây số, vậy mà nửa đêm nửa hôm trời mưa gió lạnh thân gái một mình tất tả đội mưa đi báo hung tin.

Lúc còn tại thế gương mặt ngoại tôi đều an nhiên, tự tại như lúc mất đi. Tôi nghĩ suốt cuộc đời ngoại lúc nào cũng hướng về tam bảo Phật Pháp Tăng, làu thông kinh kệ, gần gũi với con cháu lương thiện nên nét thư thái, vẻ đôn hậu luôn luôn hiện hữu trên gương mặt bà.

Cũng cần nói thêm, hồi xưa dưới triều đình nhà Nguyễn ông ngoại tôi là quan thất phẩm nên các quan lại trong triều gọi ông là "Ông cụ Thất". Về sau, hàng xóm, nhất là các hương chức hội tề, hương thân phụ lão, ai cũng thương ngoại tôi, ưu ái gọi bà là "Bà cụ Thất", một tên gọi giản dị, hiền lành, rất Huế.

Tiếng Rơi Của Giọt Lệ Huế

Cứ mỗi lần nhìn cảnh Huế bị thiên tai bão lụt mà xót dạ quá chừng. Nhìn Huế của ngoại chìm trong nước, dân tình oán thán, kẻ mất người còn làm tôi có cảm tưởng như số phận Huế vốn hình thành bằng những giọt lệ của trời. Huế tan tác, luộm thuộm, xa vắng nên Huế buồn. Huế làm tôi nhớ nỗi niềm của Huế ngày xưa.

Huế, từ bao giờ vẫn nổi tiếng về vẻ trầm mặc, cổ kính. Nơi đó đã sinh ra, lớn lên những người con thông minh, sắc sảo, những người con làm nên Huế đởm lược, những người con của miền đất anh hùng.

Huế cũng là nơi tôi bỏ đi vào một buổi chiều mưa dầm sùi sụt. Tôi bỏ Huế đi như em đã bỏ tôi đi xa ngái. Nhưng Huế, là nơi tôi sẽ trở về, dù tôi biết không còn em tóc dài, mắt sáng, ngấn cổ cao nôn nao chờ đón tôi ở đó.

Mùa hè tôi trở lại Huế.

Đứng trên bờ sông Hương nước vẫn lặng lờ. Nhưng

Huế thương, Huế nhớ nên Huế vẫn nhận ra tôi, vẫn dang đôi cánh tay thần thoại ôm xiết tôi vào lòng. Bởi vì tôi là một nửa đứa con của Huế, cho dù tôi đã bỏ Huế đi từ nửa thế kỷ mịt mù cơn mưa thuở trước. Huế có tấm lòng lương thiện và trong sáng vô biên.

Nước sông Hương tôi từng rửa mặt nên khi trở về đây, đứng với Huế tôi nghe thấy được mùi Huế qua một điệu hò. Hò mái đẩy vời vợi nhớ thương vẳng lên từ dưới một mui đò. Nhưng khi tiếng chèo quẩy chụp từ bến đò Thừa Phủ đưa người qua sông tôi nghe còn buồn hơn cả một điệu hò buồn bã Huế.

Thời Pháp thuộc, nhà tôi cách bến đò Thừa Phủ non một cây số. Bến nằm cạnh cây đa già rợp bóng trước dinh Phủ Doãn Phủ Thừa Thiên nên dân ở bến đò gọi tắt là Thừa Phủ. Hồi đó thỉnh thoảng tôi hay lang thang xuống bến để xem những chuyến đò ngang chở những tá áo dài tím thướt tha của nữ sinh Đồng Khánh qua lại trên sông.

Sau này lớn lên tôi cũng trở thành khách đi đò qua Gia Hội. Không làm gì, chỉ cùng Gia Hội cảm thương Huế trầm lặng ngồi dựa lưng vào những con thuyền phơi lưng như chén úp trên những bãi cát dài. Những con sóng đập vào bờ đã trở nên êm ả dịu dàng, nhưng những mảnh vỏ ốc thì lạ mặt từ bao giờ...

Từ đại dương nhìn xuyên qua vỏ ốc tôi đã thấy gì? Huế vẫn trầm mặc, cổ kính. Thành quách, lăng miếu vẫn buồn bã rêu phong. Những âm vọng của tiếng chèo trên bến đò Thừa Phủ năm xưa vẫn làm khách qua đò gợn lên những cơn sóng u hoài, não nuột. Huế buồn từ ngàn xưa nên những câu hò dù vui vẫn nghe ra nức nở. Sau 70 năm hoạt động trên sông nay bến đò Thừa Phủ đã đi vào hồi ức của những người con Huế biết nhớ biết thương bến đò lãng mạn Huế.

Hình như gương mặt Huế lúc nào cũng buồn với tôi. Cái buồn sập sận dưới chân cầu Trường Tiền theo gió xông lên thoảng mùi vị Huế. Mùi tóc em gội bồ kết. Mùi dịu dàng trên đôi môi thơm Huế. Mùi em líu lo như chim hót khi mình gặp lại nhau. Và mùi em từ tốn, ngọt ngào khi chia tay anh.

Đập Đá là nơi mình từng gặp nhau. Nhưng Đập Đá bên kia là Vĩ Dạ cũng là nơi để mình chia biệt. Khi em bỏ tôi đi, làm sao em thấy được Huế tối tăm trong lòng tôi một cơn mưa mịt Huế.

Huế có mùi tím than nên Huế có cả màu tím Huế, cái màu não nùng tím, biền biệt tím mãi đâu. Những cuộc tình thơ mộng thuở nào của chàng trai Quốc Học và thiên hương Đồng Khánh giờ tím tận phương nao. Và rồi vì em cũng tím mãi đâu để Huế một mình tím lịm bởi vết chém tàn bạo của chiến tranh.

Những người con Huế dưới hình thù của một người lính âm thầm đi chiến đấu và chết vô danh ngoài mặt trận.

Huế của tôi buồn đến vậy hay sao?

Huế ngồi dưới gốc buồn thiu thít
Cây tre còn trẻ đã phong trần
Lá bay theo gió mười phương thổi
Tản mạn như người buổi chiến tranh.
Quê khóc giùm anh hùng mạt vận
Mùa mưa gục ngã ngoài chiến trường
Mảnh hồn tan tác bay về núi
Sống lẫn vào trong nỗi nhớ thương.

Huế xa vắng đến thế sao?

Một đời anh chắc chẳng bao giờ tìm ra nổi Huế
Bởi sinh ra chân anh đã có những con đường
Những con đường mọc ra những đóa hướng dương
Chở súng đạn ra ngoài mặt trận
Sau chiến tranh những trận đánh đều trở nên luộm thuộm
Người ta cất các chiến cụ và những cuộn băng trong các viện bảo tàng
Anh trở về ước mơ tàn tạ dưới chân
Ngó ra Huế chút Huế cũng đành hanh xa vắng.

Huế buồn rứa đó.

Hòa bình tôi trở lại Huế.

Tôi trở về Huế để nhận ra hầu như mọi thứ đều thay đổi. Khi đứng trước cổng Tý Ngọ, nơi trải qua nhiều sự kiện lịch sử quan trọng, tôi nghe trong sắc màu xanh ngắt của lá sen mùi thơm của bông sen theo gió thoảng về. Mùi hương của loài hoa cao quí này khiến tôi chợt nghĩ không những sen từ bùn ngoi lên mà sự trưởng thành của hương sen cũng tự nó đòi hỏi sự kiên nhẫn trong một thời gian dài.

Ban đêm đứng một mình trên hành lang Thành Nội tôi như còn sờ được những nếp nhăn của Huế. Cảm nhận được Huế già như chuyện cổ tích. Và tôi thường chìm đắm trong nỗi phiền muộn khi nghe Huế khóc mà không nghe rõ tiếng rơi thần bí của giọt lệ Huế muốn nói với tôi điều gì. Lịch sử Huế từ bao giờ vẫn nằm trên những trang bìa buồn.

Cũng ban đêm của một đêm nồng nã cơn mưa hè ở bãi dâu, tôi ngửi được mùi máu của Huế. Từ đó tôi lờ mờ nhìn thấy lại Huế bị trói thúc ké. Người ta xâu Huế bằng những cuộn dây thép gai, dẫn Huế ra pháp trường, xử tử Huế bằng trăm bằng ngàn nhát cuốc. Huế bể đầu nứt sọ, theo máu ngã xuống. Người ta chôn Huế cạn nhách dưới những hầm hố bầm dập Huế.

Huế của ngày ấy bị trói thúc ké bằng những cuộn dây thép gai
Và bạo lực được viết bằng những nhát cuốc
Để câu mái đẩy khóc thành câu đứt ruột
Nước mắt khô chan trên mỗi mảnh đời.

Hòa bình tôi trở lại Huế.

Huế không còn căm phẫn hay cuồng nộ như thời

máu lửa chiến tranh. Bên Gia Hội tôi cảm thương Huế trầm lặng ngồi dựa lưng vào những con thuyền nằm phơi bụng như chén úp dưới những bãi cát dài. Những con sóng đập vào bờ đã trở nên êm ả dịu dàng, nhưng những mảnh vỏ ốc thì lạ mặt từ bao giờ.

Từ đại dương nhìn xuyên qua vỏ ốc tôi đã thấy gì? Huế vẫn trầm mặc, cổ kính. Thành quách, lăng miếu vẫn buồn bã rêu phong. Những tiếng chèo trên bến đò Thừa Phủ vẫn làm khách qua đò gợn lên những cơn sóng u hoài, não nuột. Huế buồn từ ngàn xưa nên những câu hò dù vui vẫn nghe ra nức nở.

Hòa bình tôi trở lại Huế.

Từ sông Hương ngược lên núi Ngự, đứa con xưa nay đã già lom khom qua cửa Thượng Tứ lội ngược về Kim Long. Khi chiều dần tàn ngồi bờ sông tôi nghe dưới bến đò vẳng lên câu hò Vân Lâu.

Những lúc ngó mây trời tôi có cảm giác như Huế dịu dàng mọc trên lưng tôi. Hoặc những lúc ngồi dưới trăng tôi nghe Huế âu yếm tựa bờ vai tôi. Tôi đâu có khác gì những người con gốc Thần Kinh, đi xa mô cũng hoài mong ngày về. Những lúc gió thổi nắng lan đều trên đồng vắng tôi mơ màng thấy Huế duỗi ra mênh mông.

Tuy trầm mặc thiêm thiếp sương đêm, Huế già cỗi khàn giọng cũng gắng gượng hỏi tôi về để làm gì. Bằng giọng quê Huế xưa, tôi cung kính, nhỏ nhẹ nhưng nghiêm trang nói tôi về Huế để tìm lại tiền thân Huế:

Thưa,
Em là giọt chiều mưa
Giọt thơm nắng sớm đong đưa đầu cành
Em là một miếng trời xanh
Rơi trong bát ngát mà thành ung dung
Về đâu, mặc bụi chốn cùng
Quen rồi tự tại giữa vùng thiên thanh
Em là vốc nước ao lành
Xưa
Quê em ở trên cành hoa sen.

Và Huế nhọc nhằn cùng tôi gắng gượng cất tiếng hát:

Tôi xa Huế lâu rồi. Như đã xa người. ôi.
Mấy chục năm xa quê. Mấy chục năm nhớ Huế.
Những lúc ngó mây trời. Huế mọc trên lưng tôi.
Những lúc dưới trăng ngồi. Huế tựa bờ vai tôi

Tôi xa Huế lâu rồi. Nhưng khó quên người ơi
Nhớ thuở ai đi mô. Cũng hoài mong về nở
Những lúc nắng trên đồng. Huế duỗi ra mênh mông
Những lúc thấm mưa dầm. Huế lụt ở trong tôi
Từ sông Hương tôi ngược lên núi Ngự
Qua cửa Thượng Tứ, duyên ngược về Kim Long

Nương theo bờ sông nghe câu hò Vân Lâu:

Ai ngồi ai câu ai sầu ai thảm. Ai thương ai cảm ai nhớ ai trông. Đưa câu mái đẩy. Tôi thương Huế của tôi...

Mẹ Là Tiếng Dế Đêm Thâu

Mùa có bốn mùa Xuân Hạ Thu Đông thì thời cũng có Sáng Trưa Chiều Tối. Người ta chọn mùa thu là mùa hiu hắt, nhớ nhung thì buổi chiều là buổi biệt ly, sầu nhớ.

Xưa nay hễ thấy cái gì gai gai, lành lạnh, buồn buồn trong bóng chiều thường gợi tôi nhớ tới quê ngoại tôi, Thừa Thiên, Huế. Nhất là phong thổ Huế, vốn cổ kính, trầm mặc, chiều xuống càng gợi biết bao niềm thương nỗi nhớ trông vời.

Huế là kinh đô của nước Việt, là miền đất phong sương, thơ mộng, giàu truyền thống văn hóa với các đền đài, lăng tẩm, nhã nhạc cung đình, chầu văn, ca Huế, ca dao, dân ca và các món ăn đặc sản Huế.

Huế của sông Hương núi Ngự, của hò khoan xứ Huế. Huế của quít giấy Hương Cần, quê hương của ngoại tôi, cũng là nơi của chiếc nón bài thơ, chiếc nón lá một thời xuân sắc Mạ tôi thường hay đội che nắng che mưa.

Chiếc nón bài thơ theo Mạ thong thả đi qua sáu vài mười hai nhịp cầu Trường Tiền, hóng gió chiều trước bến Phu Vân Lâu, lênh đênh qua từng câu hò mái nhì, mái đẩy để rồi chiếc nón thủy chung theo Mạ tôi xuống đò Thừa Phủ lìa xa đất tổ Thần kinh. Huế dễ thương của ngày xưa ấy bây chừ đã mù mịt xa. Dù vậy, nước sông Hương vẫn chảy trong hồn tôi, núi Ngự Bình vẫn mọc trên lưng tôi.

Chiều chiều ra ngắm sông sâu
Thấy dòng nước chảy dạ đau từng hồi
Ai về nhắn lại quê tôi
Hương Cần nón quít một thời nổi danh

Ai thả câu nơi Cồn Hến
Ai cất rớ bên bến Trà Nhiêu
Hỏi thăm cá ít hay nhiều
Cho mua một mở nấu riêu cho mẹ già

Trên thế giới nói chung, ở Việt Nam nói riêng đố ai đếm được có bao nhiêu người Mẹ; từ Mẹ trẻ thắt đáy lưng ong cho tới Mẹ già như chuối chín cây.

Mạ tôi năm nay 98 tuổi như chuối chín cây, nhưng Mạ vẫn còn minh mẫn và khỏe mạnh. Năm ngoái mấy anh em tôi tổ chức sinh nhật cho bà, vui quá, bà nhảy nhót tưng bừng. Dĩ nhiên nhảy theo kiểu hiền lành, dễ thương như mấy o Huế, mệ Huế, thân mình đong đưa, miệng nhai chút giọng cười Cẩm lệ, tay lờ quờ, chân quèn quẹt, lưng cõng giọng hò xỉa tới xỉa lui.

Chiếc áo dài óng ánh màu nâu già lại được dịp uốn lượn thướt tha theo kiểu... mấy mụ o chụp hình làm duyên bên hồ Tịnh Tâm hương sen thơm ngát hay trước cổng Ngọ Môn đèn rồng rực rỡ. Cả một trời hạnh phúc tràn lan trên gương mặt nhăn nheo mà hoan hỉ của Mạ tôi làm mọi người hớn hở vui lây.

Sức thổi đèn cầy cắm trên bánh sinh nhật của Mạ không thua gì sức thổi của các o các mợ thanh xuân của Huế. Chín ngọn nến hồng làm mẫu hí hửng cháy hết mình, chỉ cần Mạ... sửa soạn đôi môi hàm tiếu xong thổi một vòng là tắt ngúm. Khói đèn cầy được dịp nũng nịu, ưỡn ẹo bay lên sao mà đẹp như tranh họa đồ của Tản Đà:

Đường vô xứ Huế quanh quanh
Non xanh nước biếc như tranh họa đồ

Nhớ hồi vợ chồng tôi ra phi trường đón Mạ tôi từ bên nhà qua, thấy Mạ tay xách túi hành lý nhẹ hều, tay cầm cây Vĩ cầm cũ rích của Ba tôi để lại lững thững đi ra với hai đứa em tôi, chao ôi sao mà đẹp bà già, mà thương quá đỗi. Hồi đó, hơn hai mươi năm trước tóc Mạ tôi đã bạc, nhưng tóc còn dầy, nước da còn thẳng, giọng Huế còn nặng trịch. Còn bây chừ cái chi cũng đổi mới, cũng khác biệt, nhưng đẹp nhất mỗi năm đến ngày lễ Vu Lan báo hiếu trên ngực chúng tôi vẫn rực rỡ một bông hồng đỏ thắm.

Trong bài hát *Bông Hồng Cài Áo* của Phạm Thế Mỹ phổ từ thơ thiền sư Nhất Hạnh xưa nay nhiều người hát nhưng hình như ít người để ý đến một câu ví thật lạ, thật hay. Giữa những câu: *"Mẹ là lọn mía ngọt ngào, là nải chuối buồng cau, là nắng ấm nương dâu"* lại chen vào câu ví thật mộc mạc mà hết sức cảm động:

Mẹ là tiếng dế đêm thâu

Tất cả những câu ví von trên gộp lại thành *"vốn liếng yêu thương cho cuộc đời"*. Ui chao, Mạ ơi! Răng mà dễ thương quá đỗi rứa Mạ hè.

Trong đời sống và trong văn chương *"dế"* là sinh vật bé nhỏ hiền lành, quen thuộc, gần gũi và vô cùng dễ thương đối với trẻ con, song dế cũng là biểu tượng của sự lương thiện. Đem hình ảnh con dế ra ví với Mẹ già thì tuyệt vời hơn cả tuyệt vời. Nhưng mà đó chỉ là câu hát ví von đầy mỹ ý về Mẹ rứa thôi.

Ta thử... hát lại coi: *"Rồi một chiều nào đó anh về nhìn Mẹ yêu, nhìn thật lâu, rồi nói với Mẹ rằng Mẹ ơi! Mẹ có biết là con thương Mẹ không?"*. Anh ta hát rồi ôm Mẹ vào lòng mà đầu óc cắc cớ lại tưởng... ôm con dế.

Ôn mẹ ơi! Lúc đó cho dù một ngàn, một tỷ người con có chí hiếu đến đâu cũng phải bật ra tiếng cười ha hả.

Bánh Tét Hương Cần

Lúc lột vỏ chuối cắt bánh, người Huế gọi là "tét bánh" sau gọi trại là Bánh Tét.

Trong màn đêm lành lạnh ướt sương của thôn Phe Kiền, huyện Hương Cần Huế, tuổi thơ tôi trùm mền nằm co ro trên nền đất bên cạnh nồi bánh tét đang sôi lục ục. Không có gì thích thú cho bằng nấu bánh tét ở ngoài trời từ lúc chạng vạng tối cho đến rạng sáng ngày hôm sau.

Những ngày cuối năm đêm xuống rất nhanh. Đêm càng sâu không gian càng tịch mịch, gió hiu hiu càng thêm gai lạnh. Trong ánh lửa bập bùng từ nồi bánh tét sau hè và sự yên tĩnh của trời đất làm cho tâm hồn trong veo của tôi có cảm tưởng như thôn Phe Kiền của ngoại đang gối đầu lên thế giới bình an vô sự.

Năm mô cũng rứa, những ngày cuối năm sắp Tết, ngoại và mạ tôi vẫn thường gói bánh tét cúng Phật đầu năm, cầu cho thế giới hòa bình, cho muôn loài yên ổn, cho gia đạo bằng an, cho con cái nên người... (ngoại tôi hay khấn rứa nờ).

Ngoài bánh tét, đôi tay khéo léo của hai bà còn ra công ngào mứt dừa, mứt bí, mứt khoai, mứt me nguyên trái, mứt gừng nguyên củ... nhằm tăng thêm vẻ đẹp văn hóa và làm giàu thêm món ăn dân gian cạnh mâm ngũ quả trong ba ngày Tết cổ truyền. Nhớ hồi nhỏ tôi rất thích ăn bánh tét ngoại chiên với dưa món củ kiệu mạ mần. Ăn ngon miệng nên tôi nhõng nhẽo đòi hoài rứa thê.

Lớn lên học sử tôi mới biết đời Hùng Vương thứ 18 nước ta có bánh dầy hình tròn tượng trưng cho trời, bánh chưng hình vuông tượng trưng cho đất; còn bánh tét thì tương truyền ngày xưa cứ tết đến người ta gói một loại bánh gọi là "bánh tết", lâu dần đọc trại thành "bánh tét". Còn người Huế lúc lột vỏ chuối cắt bánh, họ gọi là "tét bánh" sau gọi trại là Bánh Tét.

Cũng tương truyền bánh tét do vua Quang Trung lấy mẫu từ bánh dày bánh chưng làm thành bánh tét, tiện lợi trong việc di chuyển tạo nên một vai trò quan trọng trong trận chiến thắng mùa xuân năm Kỷ Dậu của vua Quang Trung. Cũng cần nói thêm khi vua Quang Trung thiết kế xong đòn bánh tét giao cho một vị quan ở làng Chuồn, Thừa Thiên Huế thực hiện làm mẫu.

Nguyên liệu gói bánh tét mặn gồm: gạo nếp ngon, đậu xanh không vỏ, bó lạt tre, thịt heo ba chỉ, lá chuối tươi (hoặc lá dong), muối, tiêu xay, hạt nêm. Bánh tét chuối thì chỉ có nhưn chuối; bánh tét chay thì chỉ nhưn đậu xanh.

Ngoài ra, bánh tét hay bánh đòn là một loại bánh của người Kinh lẫn của một số dân tộc thiểu số. (Nhớ hồi tôi ở lính đóng quân cạnh làng A Rưm thuộc huyện A Lưới, vào dịp Tết, trung úy A Mia và tôi nhăm nhi lít rượu cần với đòn bánh tét vợ con ông gói rất ngon).

Nói tới Tết, ta đều nhớ câu ca dao:

Thịt mỡ, dưa hành, câu đối đỏ
Cây nêu, tràng pháo, bánh chưng xanh.

Chỉ hai câu song thất với sáu biểu tượng dân dã đã khéo léo gói gọn vẻ đẹp đón Tết cổ truyền của người Việt ta.

Cũng cái không khí Tết nơi thôn dã ồn ào, náo nhiệt, có ai tả Tết tài tình như cụ Cao Xương (Tú đổi thành Cao nên sự thế):

Đì đẹt ngoài sân tràng pháo chuột
Om sòm trên vách bức tranh gà.

Năm tháng trôi đi như nước chảy qua cầu. Ở cái tuổi về chiều, trời xui đất khiến tôi lại dính vào cái công việc bếp núc lọ lem, lui cui giúp nội tướng tôi nấu bánh tét y hệt như cái thuở ấu thời. Chỉ khác một điều là ngày xưa nấu bánh bằng một tâm hồn trong veo, nay thì đầu óc có quá nhiều tạp niệm nên mỗi lần đụng phải vấn đề chi đơn giản hay phức tạp tôi đều băn khoăn, như đụng phải bánh tét chẳng hạn, tôi cứ nhởn nhơ trước một câu hỏi riết rồi kẹt luôn giữa hai động từ "tét" và "cắt".

Làm sao để "tét" hay "cắt" một đòn bánh tét?

Dùng dao thì chỉ "cắt" ngang đòn bánh thành từng khoanh chớ không thể "tét" theo chiều dọc từ trên xuống như chẻ tre.

Còn dùng dây lạt cột bánh hoặc sợi chỉ quấn quanh đòn bánh để cắt hay tét thành từng lát nên gọi là "bánh tét".

Có điều dù "tét" hay "cắt" thì cái tên "bánh tét" cũng đã thành tên từ cái thời xửa thời xưa. Cái tên dân dã như bánh ít, bánh ú nghe sao mà hiền lành, mộc mạc, dễ thương, nó gần gũi, thân quen như cái tên thằng cu, thằng tí, thằng tèo.

Tuổi thơ tôi lớn lên theo đòn bánh tét đơn sơ, nấu nẹt, quê mùa.

Tôi cuộn tuổi thơ tôi trên đòn bánh tét
Để nghe nó reo ngoài ngõ xuân về
Nó gánh xuân đi cong đòn kẽo kẹt
Lặc lè lặc lẹo làm trẹo cả hồn quê.
Tôi dắt tuổi thơ đi dung dăng dung dẻ
Về nghe tháng giêng mừng tuổi vang trời

Tay bưng tài lộc tay bồng phúc đức
Ông thọ sún răng méo cả miệng cười

Tôi cõng tuổi thơ lội đồng xuân lấp lánh
Đất nứt chui lên những cọng hoa hiền
Mùi quê đi qua cầu tre lắt lẻo
Dựng lại câu hò câu hát ngả nghiêng

Đi qua tuổi thơ gặp cơn mơ luống cuống
Thả cái cò bay trong tiếng à ơi
Câu hát ngày xưa cũng lắn quắn líu quíu
Níu đóa thanh tân về nở giữa hồn tôi.

Về Với Sịa

Ông ngoại tôi người làng Sịa, từng là quan Thất phẩm kiêm Ngự y dưới triều vua Khải Định. Ông sinh ở Sịa, mất cũng ở Sịa.

Xứ Huế có nhiều địa danh cũn cỡn, kỳ lạ như Truồi, Sình, Nong, Chuồn, Nọ, Nịu, Sịa...

Sịa!? Cái tên đơn âm, đơn điệu, nghe cụt ngủn cụt ngơ, lại quê quê mần răng.

Hơn 500 năm trước, Sịa vốn là vùng đất sình lầy, cỏ cây, lau sậy mọc um tùm, được khai khẩn từ năm 1471, thời vua Lê Thánh Tông chinh phạt Chiêm Thành. Ngày nay thị trấn Sịa thuộc huyện Quảng Điền, vùng đất nằm bên Phá Tam Giang, cách thành phố Huế chừng 15 cây số về phía đông bắc.

Nói đến Sịa thì học giả này, nhà khảo cứu văn hóa kia, tiến sĩ ngôn ngữ học nọ cho rằng:

- *Sịa* là cách đọc trại của *sỉa (sỉa chân)*, *sẩy* (sẩy chân), nghĩa là vùng trũng, vùng sỉa, lầy.

- *Sịa* là cách đọc trại của *sậy*, vì trước đây vùng này nhiều lau sậy.

- *Sịa* là cách đọc trại của *sẻ*. Vùng Sịa xưa là vùng có nhiều lúa, chim sẻ thường về.

- Sịa là cái sịa, một loại sàng bằng tre dùng để sàng lúa gạo.

- Sịa là ngôn ngữ của dân tộc thiểu số Tà Ôi, Pa Cô v.v và v.v...

Sịa, vốn mang tiếng là nhà quê, nên ở Huế, hễ chê ai nhà quê thì phang một câu: "Thằng nớ Sịa lắm!". Nhưng câu nói "Nhất Huế, nhì Sịa" từ lâu đã dính trên đầu môi chót lưỡi của người dân đất Thần Kinh khi nói về Sịa. Mà thật, ai cũng công nhận Huế có cái chi thì Sịa có cái nớ. Sịa lại thích khoe quê mình lắm trạng: "Trạng thiên trạng địa, trạng từ chợ Sịa trạng về". Dân Sịa ưng nói trạng cho vui rứa đó nhưng phải vắt óc suy nghĩ mới hiểu được thâm ý của họ. Ca dao về Sịa thì dễ thương vô hậu:

Tam Giang rộng lắm ai ơi
Có ai về Sịa cho tôi cùng về
Đất Sịa có lịch có lề
Có sông tắm mát, có nghề làm ăn.

"Nghề làm ăn" ở Sịa thì nhiều kiểu nhiều cách lắm. Nói về món ăn thì ôi thôi: đệ nhất bánh canh bột xắt (bến đò Cồn Tộc), bánh canh cá lóc, cháo bánh canh bột, canh bột tưa, bánh tráng, bánh ô-sa, bánh ướt thịt heo Phú Lễ, tôm chua chợ Sịa (nhậu mút chỉ cần câu), lệch khoai xào măng, cá on bù kho, cá bống thệ kho đường trộn nước mắm...; các món hải sản với đủ thứ tươi ngon nức tiếng: Cá dìa, cá nâu, cá hanh, lệch huyết, lệch mỡ, cua gạch...v.v... Ngoài ra, Sịa còn có Hò mái nhì, Hò mái đẩy, Hò giã gạo..., có hội đua ghe, hội vật Thủ Lễ, có kéo co, đánh đu. Đặc biệt, làng Thủ Lễ của Sịa còn có hai đền Văn Thánh và Võ Thánh, mà không phải ở làng quê nào cũng có,.

Nói tới Sịa người ta thường nghĩ tới Phá Tam Giang. Vì Sịa cách Phá Tam Giang non 1 cây số. Trên Phá dân Sịa thường nghe văng vẳng tiếng gọi đò từ sáng sớm hoặc rờn rợn giữa đêm khuya "kêu như kêu đò ca cút". Ngày xưa Phá Tam Giang còn gọi là bến đò Ca Cút hình thành từ đời chúa Nguyễn Phúc Tần, khoảng năm 1848. Ca Cút hoạt động từ sáng sớm để đưa đón dân cư qua lại buôn bán. Hồi đó dân cư thưa thớt bến đò Ca Cút tuy ít người qua lại nhưng là địa danh gợi nhớ về sự xa xôi cách trở, về niềm hoài mong của những duyên phận không thành để rồi người còn kẻ mất. Chuyện kể về cuộc chia tay hẹn ước giữa chàng trai và người con gái trên bến đò, người ở lại đợi chờ đến chết mòn chết mỏi. Khi chàng trai trở về mới hay người nữ đã hóa thành con chim ca cút. Từ đó có thuyết cho rằng Ca Cút là âm thanh của tiếng gọi đò, có người cho đó là tiếng kêu khắc khoải của một loài chim. Bến đò Ca Cút hình thành từ đời chúa Nguyễn Phúc Tần, khoảng năm 1848.

Tóm lại nói tới Sịa thì cái chi cũng Sịa ơi là Sịa. Huế có làng Sịa, thị trấn Sịa, sông Sịa, chợ Sịa thì ngoài đời cũng có... củ sịa, cái sịa, đan sịa... Quảng Nam có... sịa qua Hò Ba Lý:

Trèo lên trên rẫy khoai lang
Chẻ tre đan sịa cho nàng phơi khoai

Hóa ra "Sịa" không phải là từ độc quyền của xứ Huế, mà tre trúc cũng có "sịa". Như vùng U Minh Cà Mau có những làng truyền thống mang đậm hồn quê, chuyên nghề đan lát từ tre ra sàng, rổ, rá, nia, sịa... tồn tại hàng trăm năm.

Đoạn kết:

Đời tôi vẫn cứ nhớ hoài Mạ nói tôi không giống như nhiều đứa trẻ khác, mới có 10 tháng đã biết đi. Có lẽ vì vậy mà sau này lớn lên cái chân thiên lý mã của tôi đã bôn ba khắp mọi miền đất nước từ miền Trung dọc xuống tận cùng mũi Cà Mau. Nhưng mà có bôn ba tận mãi đâu, có xa cách quê hương ngàn vạn dặm, tôi vẫn nhớ quê ngoại tôi: Huế cổ kính, trầm mặc nằm bên bờ sông Hương núi Ngự, nơi đó có Sịa với câu nói nổi tiếng trong dân gian: "Nhất Huế, nhì Sịa".

Thật ra nói là nói cho oai rứa chớ tâm tình dân Sịa của ngoại vẫn hàm ngụ tư tưởng hiếu hòa, nhân bản. Sịa, dù về với Sịa hay bỏ Sịa mà đi, chủ đề Sịa ở đây vẫn là chủ đề muôn thuở của người dân xứ Huế hiền hòa của tôi.

Quít Giấy Hương Cần

(tìm hiểu văn hóa)

Hương Cần, một danh xưng giản dị, mộc mạc, lành như đất, hiền như người làng Hương Cần, quê mạ tôi.

Hương Cần, thuộc xã Hương Toàn, huyện Hương Trà, tỉnh Thừa Thiên-Huế. Làng nằm bên sông Bồ cách thành phố Huế khoảng 8 cây số về hướng Bắc.

Hồi tôi còn nhỏ Hương Cần và tôi có chút nhớ mà về chiều tôi vẫn nhớ hoài. Số là hồi đó nghe người lớn nói quít Hương Cần là loại "quít giấy" làm tôi cứ nâng niu, mò mẫm trái quít tìm hoài vẫn không thấy "giấy" đâu hết. Hỏi thì mạ tôi giải thích "Gọi quít giấy là vì vỏ quít mỏng như giấy", tôi mới vỡ lẽ.

Về sau tìm hiểu thêm tôi được biết quít giấy Hương Cần nổi tiếng được trồng trên đất phù sa sông Bồ. Quít giấy Hương Cần có đặc điểm khác với các loại quít khác là khi chín trái có màu vàng cam, ở phần cuống thì màu xanh lá cây. Vỏ xốp mỏng như giấy rất dễ lột vỏ, có mùi thơm đặc biệt, múi quít màu hồng nhạt dễ tách ra từng múi, vị ngọt và thanh.

Đây là một trong những giống quít ngọt được ưa chuộng nhất nước không những vì mùi vị thanh tao của nó mà còn vì câu chuyện lịch sử phía sau nó.

Chuyện ngày xưa kể lại rằng, ngày xưa có một vị vua nhà Nguyễn vi hành ghé thăm làng Hương Cần, người dân mang quít tiến vua. Nhà vua sửng sốt ngay từ lần thử đầu tiên vì mùi vị của của nó và ban thưởng cho dân làng vì đã phát hiện và bảo tồn giống cây quý. Kể từ đó về sau, hằng năm đến mùa quít, dân làng mở hội tuyển chọn những trái quít ngon nhất để tiến vua. Từ đó, tiếng thơm của **Quít giấy Hương Cần** ngày càng vang xa cho đến ngày nay. Sinh thời Nguyễn Du và Tùng Thiện Vương đều làm thơ ca tụng.

Bài thơ "Tống Nhân" trong tập *Nam Trung Tạp Ngâm* của nhà thơ Nguyễn Du được Quách Tấn dịch, như sau::

Tống Nhân

Hương Cần quan đạo liễu thanh thanh
Giang Bắc, Giang Nam vô hạn tình
Thượng uyển oanh kiều đa đố sắc
Cố hương thuần lão thượng cam khanh
Triều đình hữu đạo thành quân hiếu
Trúc thạch đa tàm phụ nhĩ minh

> *Trù trướng thâm tiêu cô đối ảnh*
> *Mãn sàng trệ vũ bất kham thinh*

Tiễn bạn

> *Hương Cần đường liễu dập dờn xanh*
> *Bến Bắc, bờ Nam vô hạn tình*
> *Oanh trẻ vườn vua ganh nét đẹp*
> *Thuần già quê cũ ngọt ngon canh*
> *Trân cam mừng bác thân lo vẹn*
> *Trúc thạch cười tôi nguyện chẳng thành*
> *Thưởng thức giường khuya nương bóng lẻ*
> *Chẳng kham mưa gió sụt sùi canh.*

Bài thơ về trái quýt ở Hương Cần của nhà thơ Tùng Thiện Vương Miên Thẩm trong *Thương Sơn thi tập* như sau:

Quất chi từ

(Đồng chư công phú)

> *Ngũ nguyệt thanh thanh thập nguyệt hoàng,*
> *Kỷ trùng phong vũ kỷ trùng sương.*
> *Cam tâm phẩu tự tình nhân thủ,*
> *Yếu thức nông gia triệt cốt hương.*

Lời trái quýt

> *Tháng năm xanh tháng mười vàng,*
> *Trải bao mưa gió trải bao sương.*

Lòng mong được tự người yêu bóc,
Để biết mình thơm ngát tận xương.

Huế là đất "trời hành cơn lụt mỗi năm" rứa mà đâu đâu trên mảnh đất miền Trung eo hẹp của Huế đều được dân gian truyền tụng:

Quít giấy Hương Cần
Cam đường Mỹ Lợi
Vải trạng cung Diên
Nhãn lồng Phụng Tiên
Đào tiên Thế Miếu
Thanh trà Nguyệt Biểu
Dâu da rừng Truồi
Hột sen hồ Tịnh

Nói về quít Hương Cần có lần o Hương ở Huế tâm tình dễ thương như ri: "Quít Hương Cần nhớ xưa ngoại có trồng mấy cây gần ngõ vô nhà. Đi ngang qua nó thơm chi lạ. Thơm mùi hoa, mùi lá. Còn H cứ hái quả cất trong túi áo chơi một chặp lại lấy ra đưa lên mũi hít hà như sợ mùi thơm của nó sẽ bay đi mất. Nhớ hoài. H nhớ cây cao như cây chanh nhưng tán ko xòe ra mà vươn lên cao hơn và lá xanh dày hơn. Hái lá vò trong tay thơm cả ngày. Gai cứng hơn gai chanh".

Khí hậu nước Việt Nam thường nồng nã, nắng ấm quanh năm rất thích hợp với loại quít giấy. Nhất là được người làng trồng trên đất phù sa sông Bồ. Nói về cây lá và mùa màng Quỳnh Nga có thơ rất hay:

> *Trên những chiếc lá xanh*
> *Mùa lửa cháy*
> *Tôi nghe mùi diệp lục thở*
> *Trên tay em*
> *Mùa hạ đương về!*

Còn tôi, tôi nay vẫn quyến luyến mãi làng Hương Cần quê mạ tôi và trái quýt giấy đã xa tôi ròng rã ngót 63 năm trời. Năm nay tôi 78 tuổi, dù rứa mùi của quýt giấy Hương Cần vẫn thơm mãi trong hồn tôi.

Ăn Tết Huế Xưa

Hồi thập niên 1940-1950 nước mình còn ăn Tết Tây cũng đốt pháo ì đùng náo nhiệt không thua gì Tết Ta. Năm nào cũng rứa, từ Sài Gòn ra Huế, ngoại và dì Út thường xách theo chục xoài mười hai và mấy xấp bánh phồng khoai, phồng sữa cho cả nhà ăn Tết. Có năm ngoại mua cam, nho, hoặc chôm chôm tróc và vài hộp bơ Bretel chánh hiệu Pháp. Còn cha mạ thì sắm cho hai anh em tôi quần áo mới, giày sandal mới, nón nỉ mới ở chợ Đông Ba (xưa - có tên là chợ Đông Gia). Buổi tối đi ngủ tuy nôn nao chờ trời mau sáng nhưng ở cái "tuổi thần tiên" vừa chui vô mùng là tôi ngủ mất đất. Rạng sáng hôm sau, ngày đầu năm mới vừa bét mắt ra hai anh em tôi đã hí hửng lên đồ mới keng, nhảy nhót khắp nhà như khỉ rồi ba chân bốn cẳng ào ra đường chạy đi tìm những viên pháo chuột về để dành đốt chơi. Thưở nớ, ui chao pháo ơi là pháo nổ banh xác pháo nhuộm đỏ cả... trung tâm thành phố Huế.

- *A! Nhà thằng Tèo đang đốt pháo! Chạy lẹ cu!* Anh tôi vừa la vừa lôi tôi chạy nháo nhào.

- *Ê! Nhà ngoại con Mén đốt pháo, tụi bây ơi!* Thằng Trúng-tây-lai, cháu của ôn mệ Phúc Hữu, cái thằng âm binh cầm đầu đám lâu la, hô hào.

Phía rạp xi-nê Tân Tân đang đốt pháo! Rạp Richard gần trường tiểu học Pháp Việt Đông Ba trên đường Gia Long cũng đốt pháo có cả pháo tống nổ rền. Đình Thương Bạc bên bờ sông Hương không ngừng tiếng pháo. Hòa trong tiếng chuông chùa Ba La Mật, tiếng chuông nhà thờ chính tòa Phủ Cam là tiếng pháo nổ giòn của cơ ngơi ông Bờn chuyên nghề trồng sen gần hồ Tịnh Tâm. Pháo nổ chỗ này. Chỗ kia pháo nổ. Suốt buổi sáng đầu năm đến xế trưa hầu như chỗ nào cũng nghe pháo nổ ì đùng điếc con ráy, chưa kể pháo chà, pháo chuột nổ đì đẹt như con nít bị phong giựt giãy nảy trông rất vui tai, vui mắt. Cứ thế, thấy chỗ nào, nhà nào đốt pháo là anh em tôi nhập bọn với mấy đứa hàng xóm trạc tuổi hè nhau chạy tới. Mà sao tụi nó chạy lẹ quá chừng, cứ như bị ma rượt.

Mở to cặp mắt háo hức đứng chờ tràng pháo dài sọc vừa dứt là mạnh đứa nào đứa nấy lẹ làng nhào vô lấy chân giạt giạt, lấy tay khều khều tìm những viên pháo chưa kịp nổ nằm lẫn trong đống xác pháo rách bươm còn bốc mùi khét nghẹt. Vốn chậm lụt, lần nào tôi cũng trớt quớt. Không như thằng Tình em con Hương lanh như sóc mà nghịch bà cố. Nhớ có năm ra ăn Tết với ôn mệ ngoại, thằng Tình lén lấy phong pháo cột vô trái mít trái mùa gần chín của ngoại định đơm Tết, nó cho nổ một phát banh trái mít, bị ôn ngoại xách tai cho.

Có lần tôi mừng tíu tít lượm được viên pháo còn ngòi nguyên si chưa kịp bỏ túi thì bất thình lình pháo nhà ta nổ cho mầy một phát tá hỏa tam tinh.

Hồn vía lên mây có cây lúc lắc, mặt cắt không còn hột máu, tôi mếu máo khóc ôm ngón tay bị tét, máu chảy... rì rào hết một ngàn lít cắm đầu chạy về nhà... mét Mạ. Hihi. Ôi, lúc đó tuổi thơ của chúng tôi vô tư la cà khắp xóm thấy mà thương.

Ăn Tết đâu được vài năm thì sau khi chính thể mới Việt Nam Cộng Hòa được thành lập, Tổng thống Ngô Đình Diệm bãi bỏ "ăn" Tết Tây. Chao ôi, giữa những năm tháng sống thật hồn nhiên, với cái tuổi trong veo chúng tôi có biết chi về luật biến thiên của trời đất cũng như những biến cố chính trị của đất nước mình.

Ở đời có những cái nghĩ cũng ngộ. Từ ngày chính phủ Ngô Đình Diệm bỏ lệnh ăn Tết Tây, lũ trẻ ngủ ngờ cũng tỉnh khô. Không ăn Tết Tây thì có Tết Ta, riết rồi tôi tưởng tết Tây đã... chết từ đời tám hoánh. Ai dè khi lưu lạc ra nước ngoài từ năm 1980 tôi mới biết nó vẫn... sống nhăn răng. Hồi nhỏ đầu óc ngây ngô cứ tưởng ở Việt Nam mới có... Tết Tây. Khi lớn lên rồi mới biết Tết Tây còn gọi là Tết Dương Lịch là ngày lễ lớn đầu năm của nhiều dân tộc trên thế giới.

Nghe nói hiện nay ở bên nhà người Việt mình lại ăn Tết Tây như xưa. Tết Tây (bonne anneé) hay Tết Dương lịch (happy new year) lại được Việt hóa trở thành nét đẹp văn hóa của ngày lễ truyền thống, khởi đầu một ngày năm mới tràn đầy tin yêu, hy vọng, may mắn và hạnh phúc.

Dòng Dõi

Hồ Trạm có hai người em. Cả ba anh em đều sanh năm một nên thường gần gũi nhau, thương nhau, nhường nhịn nhau rất mực Nhưng tôi chỉ có dịp quen biết Hồ Trạm lúc học năm đầu trung học đệ nhất cấp trường Quốc Học, Huế. Giữa những anh bạn học ồn ào, nhanh nhẩu của tuổi mới lớn, Hồ Trạm lúc nào cũng nhỏ nhẹ, từ tốn. Cặp mắt tuy nhỏ, dài, nhưng lộ vẻ thông minh, thường đắm mình trong tư lự. Có lần trên bích báo nhà trường, bài viết kỳ lạ kèm theo bức vẽ miền Tây sông nước của Hồ Trạm gây nhiều sự chú ý của Thầy Cô và bạn học cùng trường. Bài viết được Hồ trạm trích từ cuốn hồi ký của mình, trong đó khi đề cập tới gia đình bên nội, Hồ Trạm viết như ri:

"Quê ngoại tôi ở Huế trong khi quê nội tôi lại ở tận miền đồng bằng sông Cửu Long. Ngược với ngoại tôi có bốn người con gái sanh ở Huế thì nội tôi lại có bốn trai (không kể con đầu lòng bị sẩy thai) đều sanh ra và lớn lên ở Cần Giuộc nhưng khi về chiều mỗi người mất một phương.

Mặc dù cha tôi có mặt ở đời tròm trèm chỉ có sáu mươi năm, nhưng nghiệp lực của ông khá sâu dày, nói đúng ra cha tôi có năm nghề nghiệp.

Nghề thứ nhất: Quân nhân Quân Lực Việt Nam Cộng Hòa. Trưởng ban Quân Xa. Hiền như bù loong, con tán, như dầu mỡ xe nhà binh.

Nghề thứ nhì: Thợ máy siêu đẳng. Chỉ cần cái sườn xe, một mình ông lui cui dần dà chế biến thành một chiếc xe hơi bốn bánh, không cửa, chạy ì xèo trong phố. Anh em tụi tôi được đi xe reo hò, khoái chí tử.

Nghề thứ ba: Nghệ sĩ vĩ cầm. Những đêm rằm, bên ly rượu đế, ông kéo vĩ cầm mùi tận mạng. Mùi tới độ chị Hằng trên cung trăng và chú cuội ngồi gốc cây đa cũng phải thất thần té xuống trần gian nghe một cái "huỵch", tóc tai rũ rượi, xiêm y, áo xống rách teng beng.

Nghề thứ tư: Thợ săn trứ danh. Mỗi lần vua Bảo Đại và đoàn tùy tùng đi kinh lý trên Bản Thuột, vua đều sai cận thần triệu cha tôi đi săn cọp cùng Vua.

Nghề thứ năm: Tu sĩ tại gia. Nhà Phật có câu "Phóng hạ đồ đao, lập địa thành Phật". Cha tôi buông súng tuy không thành Phật cũng thành nhà tu.

Ngoài ra, em kế của cha tôi, nhà thường gọi là cô Tư Lụa, chịu ảnh hưởng của chồng là nhạc công cung đình Huế nên cô ca Huế và hát chầu văn rất điêu luyện. Đáng tiếc là cả hai ông bà đều mất ở Huế, cách nhau vỏn vẹn chỉ một ngày. Kế đó là chú Năm Bé, một tay đờn ca vọng cổ số dzách. Thỉnh thoảng chú Năm kéo bạn bè về đờn ca trong vườn nhà chú thím, lôi kéo cả xóm gà Gò Vấp, già trẻ lớn bé náo nức tới nghe. Nghe nói lúc mất chú vẫn còn ôm cây đờn vọng cổ trong tay. Người em út là chú Sáu Nho, nhạc sĩ Hạ Uy Cầm (Hawaiienne) kiêm nhà thơ không tên. Chú Nho mất trên biển.

Cũng cần nói thêm, ông nội tôi vốn là một người tình cảm nên có thêm hai người con dòng sau là chú Lai Anh đờn ca tài tử không thua gì Út Trà Ôn, Thành Được. Mất trong một trận đánh gần Bù Đăng, Bù Đốp. Chú Lai Em từng là thành viên Du Ca. Hiện sống cùng gia đình vợ con, cháu chắt gần quận Khánh Dương, cách Bản Thuột chừng 95 cây số về hướng Đông.

Tới thời anh em tôi lại chuyên về tân nhạc. Anh tôi chơi guitar cổ điển nhuần nhuyễn và chuyên vẽ truyền thần. Anh tử trận năm 1965 dưới chân núi Hàm Rồng, cách thị trấn Pleiku chừng 11 cây số. Riêng tôi lại mắc thêm cái bệnh... sáng tác, đã diễu dở còn dài hơi qua đủ các bộ môn: thơ, văn, nhạc, họa, đờn, ca và... võ nghệ. Dữ ác rứa mà cái chi cũng chẳng ra cái chi chi.

Một dòng dõi nghệ sĩ như rứa biểu sao mạ tôi không "nhiễm bệnh nghệ sĩ". Lúc cha tôi mất, gia tài duy nhất của ông để lại là cây vĩ cầm già nua. Ngày giỗ cha, có lần cao hứng mạ tôi lấy cây vĩ cầm của cha ra kéo. Chao ôi! Tiếng đờn của mạ tôi không điệu nghệ chút nào, kéo chẳng êm tai mà eo éo điếc cả hai con ráy. Thiệt tình mạ tôi đờn dở ẹc, dở hết nói nổi. Hihi.

Năm nay mạ tôi 98 tuổi vẫn khỏe mạnh, tinh thần minh mẫn, tiếng cười vẫn giòn tan. Còn cây vĩ cầm của cha tôi cũng đã già cụ ngót nghét 70 năm, trông như một cổ vật cong cần, gãy trục, chùng dây; cây cung vĩ cũng cong quẹo, dây cước đứt te tua.

Đoạn hồi ký trên không thấy ghi ngày tháng nhưng tôi biết rõ thiếu úy Hồ Trạm tử trận năm 1971 tại Đường 9 Nam Lào, còn gọi là Cuộc hành quân Hạ Lào hay Chiến dịch Lam Sơn 719. Chiến dịch này là một cuộc thử nghiệm khả năng tự chiến đấu của quân lực Việt Nam Cộng Hòa trong lúc Mỹ tiếp tục rút quân ra khỏi chiến trường miền Nam Việt Nam.

Đời người thật vô thường. Nếu còn sống, năm nay Hồ Trạm vừa tròn tuổi 80.

Bánh Khúc Cây
(Yule Log/ Buch De Noel)

Ngót 60 năm qua, mỗi năm cứ đến dịp Giáng Sinh tôi lại nhớ tới miếng bánh buýt, Tây gọi là Buche de Noel, là món tráng miệng truyền thống của Pháp vào thế kỷ XIX, mang ý nghĩa xua tan cái lạnh và bóng tối để chào đón đầu năm mới. Bánh buýt hay bánh khúc cây, Anh gọi là Yule log, thường được làm vào mỗi dịp Giáng Sinh có hình dáng một khúc gỗ thông với lớp vỏ nâu sần sùi. Để hấp dẫn hơn người ta trang trí trên mặt bánh các nhánh thông, lá ô rô, tượng ông già Noel, bầy tuần lộc... Công thức chẳng có gì lạ, gồm bột mì, kem, vani, muối, đường, sữa, trứng, chocola.

Mặc dù hồi nhỏ tôi theo học chương trình Pháp, nhưng thú thiệt là phải đến năm mười tám tuổi anh nhà quê miền Thượng tôi mới có dịp nghe đến tên, nhìn tận mắt và nếm tận miệng miếng bánh khúc cây thơm ngon, đậm đà, hấp dẫn, bắt mắt ra làm sao.

Đặc biệt, bánh buýt truyền thống nổi tiếng của nước Phú-Lang-Sa này được làm ra từ tay một cô gái miền cao trẻ trung, xinh đẹp, có giọng hát truyền cảm, ưa chuộng văn chương nghệ thuật mà tôi không hề quen biết cô trước đó cho tới tận ngày nay cũng... không quen biết luôn..

Chính vì thế mà từ khi anh bạn thơ - mặc kệ tôi có khua tay từ chối - vẫn kèo nèo, lôi kéo tôi cho bằng được tới nhà cô thưởng thức buổi văn nghệ Giáng Sinh. Tôi vẫn còn nhớ từ lúc bước chân vào nhà cô cho đến lúc tàn tiệc ra về, cô - con một gia đình giàu có - vì năng lui tới tiếp khách, hầu như cô không hề biết có mặt của tôi hay không. Mà cũng phải. Từ lúc bận rộn, ăn uống, vui chơi cho đến lúc hát hò, cô và bạn bè cô (chừng bảy, tám chục người) ngồi quanh có vẻ không để ý đến tôi, và như thế tự nhiên tôi trở thành một anh chàng vô duyên, vô danh và cô độc giữa đám đông. Cho nên giữa cái "văn hóa của một nhóm người" tôi trở thành một "biểu tượng của văn hóa thầm lặng". Nhìn cô lăng xăng ra vào tiếp khách, làm bếp tôi hiểu cô không hề cố ý lơ là hay điệu bộ gì, mà vì lúc đó ai bước chân vô nhà, cô đều coi là bạn bè, là khách chung chung, đồng trang lứa với cô mà thôi. Đơn giản chỉ có rứa.

Chuyện mới đó thoáng một cái đã trên 60 năm tôi chỉ còn nhớ mang máng tên cô là Như mà không nhớ cái gì Như. Nhưng miếng bánh buýt tự tay cô làm và gương mặt đằm thắm như đóa lan rừng pha chút sương lạnh của miền rừng núi cao nguyên của cô thì tôi nhớ hoài. Mái tóc cô bềnh bồng, đôi môi cô gợi cảm, nhất là cặp mắt đẹp mà buồn vời vợi nên cái nhìn thường mơ hồ, lãng đãng, hờ hững, xa xăm.

Khi chương trình văn nghệ bắt đầu, đèn điện tắt hết, thay vào đó là những ngọn nến được thắp lên lung linh tạo cho bầu không khí trở nên ấm áp hơn, thân mật hơn. Được biết những ca khúc do cô và bạn bè cô trình bày đều là tình ca. Những bản tình ca muôn thuở của những nhạc sĩ miền Nam gạo cội. Điều làm tôi ngạc nhiên thích thú nhận thấy khi tiếng đàn nổi lên (chỉ một cây đàn thùng mà thôi) mọi người đều im lặng lắng nghe. Dường như mọi thứ đang chậm lại, chờn vờn, mờ ảo. Không gian yên tĩnh, phảng phất hương thơm làm cho tiếng đàn, tiếng hát lúc trầm lúc bổng như quyện vào nhau, như trôi đi.

Ngay từ khi cô cất tiếng hát, tôi nhận ra ngay cô có một làn hơi phong phú. Cô không phải là ca sĩ hạng A,B,C hay hạng gì nhưng cái giọng đằm thắm truyền cảm và cách diễn đạt của cô rất lãng mạn, gây chú ý cho mọi người. Những bản tình ca từ đôi môi những bạn hát cứ lần lượt cất lên và trôi đi. Trong dòng suối nhạc trữ tình đó, tôi như cảm nhận được ngoài kia một màu trắng lạnh lẽo nhưng tinh khiết và trầm lắng của thiên sứ khẽ đập cánh bay lên. Có tiếng chuông nhà thờ Chánh Tòa lan xa trong đêm thánh vô cùng.

Chắc ai cũng nhận ra điều này: Là người thực sự biết

thưởng ngoạn, người ta thường thả hồn tận hưởng cái bản sắc trữ tình, nồng nàn, uyển chuyển và sâu sắc của nghệ thuật âm nhạc. Tôi cũng vậy. Đang im lặng hết lòng thưởng thức các giọng ca, đến lượt cô trở lại bỗng nhiên cô không tuyên bố một lời nào mà hát một lúc hai bản nhạc của... tôi làm tôi giựt mình. Phản ứng tự nhiên là tôi kín đáo liếc mắt nhìn quanh rồi thở phào nhẹ nhõm, yên chí không thấy ai thèm dòm mình là biết chẳng ai nhận ra tác giả. Ngay cả anh bạn thơ cũng biến đi đâu không biết. Thật là may. Lúc đó tự nhiên tôi... thương cô quá chừng. Giữa căn phòng lung linh ánh nến, cô đứng trước mặt tôi, say sưa hát nhạc của tôi mà chẳng hề biết tôi đang ngồi nghe cô hát.

"Khi ôm đàn mơ màng tôi nghe như. Một câu thơ trong hồn ra đứng mơ. Em và tôi ôm đàn trăng tan vào trong câu tình ca..." (Ngày Sinh Của Đóa).

"Tôi là câu thơ nhớ em về. Mang hồn đời tha thiết tôi chảy qua. Con đường đi tới câu hát năm nào tưởng xưa. Vẫn còn nghe rất quen giữa đôi môi hồng hoa..." (Tôi là Câu Thơ).

Cho đến bây giờ, dù cô cũng không còn trẻ nữa nhưng tôi mong cô vẫn còn ca hát ở đâu đó trên đời này. Có điều, tôi chắc chắn một điều là cho đến bây giờ cô vẫn không thể ngờ rằng đêm văn nghệ năm xưa hát những tình khúc của tôi cô không hề biết tôi có mặt ở đó.

Ngày nay cũng như cái ngày xưa xa lơ xa lắc mà tuyệt vời đó, tôi vẫn ôm trong lòng một mối duyên văn nghệ không hẹn mà chứa chan hạnh phúc của hạnh ngộ. Dù hạnh ngộ... một chiều song tôi vẫn ôm ghì tiếng hát của cô để hôm nay tôi mới có dịp chia sẻ trong câu chuyện muộn màng này.

"Hạnh phúc giữ trong tay chỉ còn là hạt. Hạnh phúc mang ra san sẻ mới trổ hoa". Nhà văn Ernest Hemingway đã từng hứng chịu nhiều đau khổ mới nhận chân được điều này. Hoan hô ông.

Con Tò He

Ngày xửa ngày xưa là cái ngày tôi còn con nít con nôi thích ở truồng tắm mương, thích lấy gióng của mạ làm ngựa chạy cà ròng cà rọc trong nhà lồng chợ, mũi dãi thì lòng thòng, mỗi lần hít vô một cái rột, nghe đã cái lỗ nhĩ và dĩ nhiên, con nít nào cũng thích chơi các trò chơi... con nít. Thuở xa xưa nớ các làng quê đều có nhiều trò chơi dân gian trong đó có trò chơi "tò he". Nhưng mần chi có tiền mua con tò he nên lũ trẻ tụi tôi thường lấy đất sét nặn ra đủ thứ hình dạng, như gia con gà, con chó, con heo, con cua, con cá, có cả hình ngũ quả, đôi hài... dù sần sùi, méo mó, không đẹp nhưng chơi đỡ ghiền.

Lớn lên tôi lại sanh cái tật khó ưa, là hay tò mò tọc mạch cố tìm hiểu một số sự vật có mặt trên cái cõi đời ô trọc này. Con tò he chẳng hạn. Con tò he mà hồi nhỏ tôi thèm muốn đứt ruột. Rứa mà, ôn mệ ơi! Thèm thì thèm nhưng tò he có từ đời nào? Răng gọi là tò he? Ai chế ra? Ăn được không? Vì răng các trò chơi dân gian thường bị mai một, dễ trở thành hoài niệm, rứa mà con tò he, cho tới ngày nay vẫn một đường thẳng tiến, hiên ngang tiến thẳng vào... trò chơi trẻ con.

Thật sự tôi chẳng biết tò he có từ đời nào, ông tổ nghề nào, làng nào đã sáng tạo ra con tò he. Tìm hiểu tôi chỉ biết tò he là món đồ chơi dân gian ngộ nghĩnh, nhiều màu sặc sỡ, lại nhẹ hều, nhẹ như tiếng võng kẽo kẹt, như tiếng mẹ ru con vào những buổi trưa hè gió thổi hiu hiu buồn thiu chiếc lá.

Tò he đơn sơ ra răng thì nguyên liệu tò he cũng khá là thô sơ làm vậy, gồm: bột, phẩm màu, con dao, chiếc đũa, cây viết, tre vót sẵn và cái thùng xốp để cắm tò he lên. Cách làm tò he: Trộn bột bình tinh hoặc bột gạo với bột nếp cho dẻo xong phết thêm lớp dầu bóng để giữ được lâu, không bị khô, mốc. Tò he được hấp chín pha chút đường cho dẻo tỏa ra mùi thơm hương vị đồng quê là có thể ăn được.

Nói thì dễ ẹc song bắt tay vô mần mới thấy biết bao là khó. Bụng dạ tôi xưa nay vốn thẳng như ruột ngựa, đầu óc lại không thích quanh co nên óc tưởng tượng của tôi dở vô hậu; đã rứa lại thiếu cần mẫn kiêm nhẫn nại, rốt cuộc con tò he tôi nặn chẳng ra hồn ra vía cái chi chi. Ngược lại, người có hoa tay nặn ra con tò he, dù không con nào giống con nào, nhưng tạo cho nó có thần thái xong khoét lỗ ở giữa hoặc phía dưới để thổi thành tiếng nghe rất vui tai. Cũng có nơi người ta gắn thêm một chiếc kèn ống, khi thổi thì phát ra âm thanh "tò te tí te" sau này người ta nói trại thành "tò he", dính tên luôn.

Từ đó, dưới hình thù ngộ nghĩnh, vui nhộn, màu sắc bắt mắt, tò he trở thành một loại đồ chơi dân gian của trẻ em Việt Nam rất được ưa chuộng. Tò he có nhiều màu nhưng căn bản chỉ có bảy màu: xanh, đỏ, tím, vàng, hồng, trắng và đen. Màu thì lấy từ thực vật, như màu xanh thì chiết ra từ lá tràm, màu đỏ thì từ trái gấc, màu tím từ trái mồng tơi, màu vàng từ củ nghệ, màu hồng từ cánh sen, màu đen từ lọ nồi, riêng màu trắng thì... "em hổng biết". Khi cần thêm màu ta cứ pha các màu kể trên theo màu mình muốn. Dễ ẹc.

Tò He, nét đẹp văn hóa dân gian mang một cái tên mộc mạc, ngộ nghĩnh, dễ thương lại dễ nhớ, nên nó không những có mặt ở các vùng thôn quê mà còn nhẹ nhàng len lỏi vào các cơ sở kinh doanh khắp các tỉnh thành, như Tò He Quán, Tò He Café, Tò He Hà Nội, Tò He Phan Thiết, Tò He Hội An... Đã rứa, con tò he còn vượt không gian ra tuốt hải ngoại hiên ngang chui tọt vô tự điển Wikipedia để được mang tên tiếng Anh: Toy Figurine, rứa mới bảnh.

Tóm lại, con tò he, sản phẩm truyền thống quen thuộc ni đã gắn liền với ký ức tuổi thơ tôi, nó không chỉ là cục đất sét vô tri song một khi thành hình tò he là nó còn có hồn đất níu được chân tôi mà thong dong chở hết những kỷ niệm vào hồn.

Mạ Ơi Mạ!

Thừa Thiên-Huế là quê của Mạ tôi. Tính tới ni đã quá nửa đời người Mạ tôi xa Huế. Ngày Mạ theo chồng xuống bến đò Thừa Phủ, bỏ lại sau lưng tiếng thở dài của Huế, riêng làng Sịa, bầu trời có mưa rơi.

Cũng như Mạ, thuở nhỏ tôi đã sớm rời xa quê núi của tôi. Mạ xa quê còn có ngày trở về thăm Huế; còn tôi xa quê tới nửa vòng trái đất, so với người khác, tôi không biết làm sao trở về thăm lại miếng rừng, miếng núi quê xưa. Nhìn lại mới thấy mình giựt mình. Ai dè tôi xa quê đã quá nửa đời người rồi thê.

Bây chừ là trung tuần tháng Năm. Hằng năm vào ngày tháng ni thiên hạ lục đục khiêng cây cảnh trong nhà ra sau vườn đón nắng xuân. Riêng năm ni ông trời có hơi... khó ở nên thời tiết đâm ra thất thường. Hôm qua thành phố Montreal, thuộc tỉnh bang Quebec cách thủ phủ Toronto hơn 5 giờ đường xe, có tuyết rơi. Báo hại hai ông bạn già của tôi vừa run vừa... càm ràm trời đất. Ông thơ Luân Hoán:

tháng năm trời bỗng tuyết
bồi thêm giai đoạn buồn
từng phút đời lụn bại
vết thương chồng vết thương
mấy ngày không khóc được
trời khóc giúp cho rồi
sao càng buồn hơn nữa
tôi đang là tuyết rơi

Còn ông thơ Hoàng Xuân Sơn than: Gần giữa tháng 5 còn rơi tuyết ở phố Mộng bà con cô bác ơi. Hôm qua viết mấy câu chào xuân muộn. Trớt quớt rồi:

Bộ lệ buổi sáng
Căng hai đầu tiếng chim
Lâu rồi loài trùn đất
Thức giấc dưới tàn lá mục
Lâu rồi
Chồi non làm lễ mở cửa mả
Mồ tuyết di dân

Ta đều biết kích thước của tinh thể tuyết là 0.1mm. Nhỏ xí rứa nhưng tuyết Canada có tai mắt, nhất là... có lòng vị tha. Nghe hai ông già miền Trung than thở rùm trời, nghĩ răng tuyết bèn âm thầm rủ nhau bay về Toronto thả tuyết rơi chơi. Đã rứa sáng ni ông trời còn làm gió cho tuyết rơi nghiêng nghiêng coi cho đẹp mắt.

Có điều ông trời ni quên một điều hệ trọng. Càng lạnh, lũ siêu vi khuẩn Vũ Hán càng sống dai, hắn càng hí hửng bay đi giết con dân vô tội. Biết rứa nên từ tháng Giêng tới chừ vợ chồng già tôi trốn miết trong già trong cửa (trong nhà trong cửa), có dám vác mặt ra đường chi mô. Cần việc chi thì bắt phone lên hỏi thăm sức khỏe của nhau, nhất là vấn an các bậc sinh thành.

Nói tới bọ mạ tôi (cha mẹ), râu tóc tôi đã bạc, da dẻ tôi đã nhăn, đi đứng lụm cụm, già chát ri mà vẫn hạnh phúc còn có Mẹ già. Mụ o của tôi cũng đà 70 cái xuân, vẫn còn Cha già 99 tuổi đời chớ ít răng nờ. Hồi thế giới chưa bị đại dịch Vũ Hán hoành hành, hầu như tuần nào vợ chồng tôi cũng chạy đi thăm hai người già. Người ở đàng Đông là nhạc phụ tôi; người ở đàng Tây là Mạ ruột tôi. Chừ ai ở nhà nấy, hằng ngày hỏi thăm nhau qua phone cho yên dạ. Biết răng chừ.

Mạ tôi năm ni 94 tuổi đời, bà vẫn minh mẫn và khỏe mạnh. Thấy tôi có lúc lọm khọm, Mạ dạy: *"Thằng ni cử động chưn tay như ri nì."* Vừa nói Mạ vừa vung tay vung chân rất bài bản, tôi cười cười tập theo, chộ (thấy) không ưng ý, Mạ bực: *"Khun phải rứa. Tra trắn rứa mà ốt dột, cái thằng ni."* (Không phải vậy. Thằng này già cái đầu không biết thẹn." Chừ già đầu tay chân tôi vẫn vụng về, thua xa thời lính tráng chỉ giỏi né hòn tên mũi đạn.

Tôi còn nhớ hoài ngày ra phi trường đón Mạ và hai đứa em tôi qua Canada định cư mà ôi chao vui! Thấy

Mạ lững thững từ trong đi ra tay xách túi xách nhẹ hều, tay cầm cây đàn violon của Bọ (Cha) tôi, một cảm giác như thể nằm mơ làm tôi mờ mắt. Phi trường là nơi ồn ào, náo nhiệt người ra kẻ vào, rứa mà lúc nớ tôi cảm thấy bốn bề tĩnh mịch như tờ, tịnh không một bóng người, ngoài Mạ và hai đứa em. Cảm giác ngộ hỉ.

Hơn hai mươi năm mới hội ngộ người thân khiến tôi có cảm tưởng mọi thứ trở nên khác lạ, mơ hồ như tranh trừu tượng ngoằn ngoèo màu sắc, đường nét hoa văn gợi lên thú vui thị giác. Cái cảm giác kỳ lạ nớ, cho tới chừ cũng rứa. Mỗi lần hai Mạ con nói chuyện với nhau tôi lại nhìn thấy quê nhà trong mắt Mạ tôi, ánh mắt đã trầm đục vẫn chứa đựng cây rừng, bóng núi, nơi tôi sinh ra, lớn lên, rồi đi biệt cho tới tận bây chừ. Nhất là giọng Huế của Mạ gợi tôi nhớ tới quê ngoại tôi đã xa trên 70 năm trời. Hò Huế, ca Huế, ngâm thơ Huế từ giọng Huế của Mạ tôi lại trở về mơ hồ vọng âm trong tâm thức tôi.

Qua Canada định cư mươi mười năm sau Mạ tôi mới trở về thăm nhà đôi lần. Lần mô cũng cùng con cháu ra Huế, thăm mồ mả cha ông ngoài nớ. Khi trở qua lại Canada, Mạ lại mang theo cả một khung trời trầm mặc, cổ kính Huế xưa. Cái giỏ Mạ khiêng bổ nghiêng bổ ngửa trên vai, lúc tôi phụ Mạ bỏ xuống thì ôi chao ơi, Huế ơi là Huế: trà cung đình Huế nì, quýt giấy Hương Cần nì, bưởi Thanh Trà nì, chùm dâu Truồi dài thòn lòn nì...

Huế ngày xưa của Mạ tôi cũng như núi rừng quê tôi xưa, chừ đã xa xăm mờ mịt, rứa mà một bổn hai quê vẫn lấn cấn trong cuộc đời làm người của tôi. Với núi rừng quê tôi:

> *Trèo lên đỉnh dốc, đời sẽ thấy*
> *Một rừng, một núi, một quê hương*
> *Thảng thốt kêu bầy, chim ông lão*
> *Thân già như cây cội tà dương*
> *Quê ngồi dưới gốc buồn thiu thít*
> *Cây tre còn trẻ đã phong trần*
> *Lá bay theo gió mười phương thổi*
> *Tản mạn như người buổi chiến tranh*

Với Huế của tôi:

> *Tôi xa Huế lâu rồi*
> *Nhưng khó quên người ơi*
> *Những lúc ngó mây trời*
> *Huế mọc trên lưng tôi*
> *Những lúc dưới trăng ngồi*
> *Huế tựa bờ vai tôi*
> *Nhớ thuở ai đi mô*
> *Cũng hoài mong về nở*
> *Những lúc nắng trên đồng*
> *Huế duỗi ra mênh mông*

Những lúc thấm mưa dầm
Huế lụt ở trong tôi.

Có lúc nằm mơ tôi thấy tôi bưng trầu cau... đi cưới Huế, nghe mình nói giọng Huế, ư hử một điệu chầu văn:

Sông Hương núi Ngự là khuôn mặt ngó nghiêng của Huế
Cửa Thượng Tứ là ngõ hẹp chở tình tôi qua cầu
Một đời tôi chắc chẳng bao giờ tìm ra nỗi tím
Áo tím than bay trong gió phất phơ buồn
Em bình minh hay chừ em lom khom
Mà Đồng Khánh cũng già theo tiếng thở dài
Quốc Học
Nước sông Hương chia đời nhau hai nhánh tóc
Hút tiếng đò đưa chim lẻ bạn kêu sầu
Chợ Đông Ba ai dời ra bãi dại
Để Huế buồn biền biệt tím mãi đâu.

Cơm Âm Phủ

(tìm hiểu văn hóa)

Hồi trẻ tôi đi lính xa nhà có lần về phép được Mạ tôi nấu cho một bữa cơm ngon ngất ngư. Ăn lạ miệng tôi hỏi cơm chi Mạ nói cơm Âm Phủ. Đó là lần đầu tiên trong đời tôi được ăn món cơm mang cái tên thật kỳ dị của xứ Huế, quê Mạ tôi. Khi tôi trở ra đơn vị ở Cheo Reo, Mạ không quên bới cơm Âm Phủ cho tôi mang theo. Biết đâu nhờ miếng "cơm ma" này mà tôi sống sót cho tới ngày tàn cuộc chiến.

Ngày nay Mạ tôi đã gần trăm tuổi, tôi cũng chẳng còn trẻ trung chi. Hai mẹ con cùng tóc bạc da mồi, cùng lụm cụm ngồi ôn lại chuyện xa xưa ở quê nhà. Khi tôi nhắc tới cơm Âm Phủ thì Mạ tôi cười thật hiền, nụ cười "hăng rết hết răng" thiệt là dễ thương.

Nói tới cơm Âm Phủ, không riêng gì người Huế, người Việt hầu như ai cũng nghe đến tên "cơm ma" này dù chưa có dịp thưởng thức. Ở Huế, ngoài bún bò, cơm hến, bánh bèo, bánh nậm, bánh bột lọc, bánh canh, các món chè... thì cơm Âm Phủ là đặc sản trứ danh của gia đình ông Tống Phước Kỷ dựng quán chế biến từ năm 1916, năm vua Khải Định lên ngôi.

Thời gian này, giữa vùng Đất Mới, quán cơm lợp bằng mái tranh vách nứa, chuyên bán vào giờ âm (12 giờ khuya) nhằm phục vụ những người giữ an ninh đất mới, người đi buôn, khách làng chơi, những con bạc và giới lao động bình dân đi làm về khuya thường ghé quán cơm lót bụng trong một không gian có phần kinh dị.

Thời đó chưa có điện, đường khuya tối mò, giữa đồng không mông quạnh của vùng Đất Mới, quán cơm ông Kỷ chỉ thắp ngọn đèn dầu tù mù, leo lắt trông ma mị như cõi âm. Quán mở lúc nửa khuya ban đầu không có tên, nhưng vì thức ăn ngon, rẻ, thực khách ăn đêm có cảm giác không khí rờn rợn y như quán có "ma rình phía trong" bèn đặt tên là "Quán cơm Âm Phủ", từ đó món cơm cũng được gọi thành cơm Âm Phủ.

Tuy mang tên ma mị rứa nhưng cơm Âm Phủ không có gì bí hiểm, chỉ là một kiểu cơm trộn với những thức ăn ngon quen thuộc của cố đô Huế như thịt ram, giò lụa, nem chua, tôm chấy, trứng tráng, rau, củ, dưa leo, dưa món, gỏi gà xé phây... ăn cùng cơm trắng chan nước mắm tỏi ớt cay cay, mằn mặn, ngọt ngọt, chua chua. Cơm Âm Phủ ngon ở sự hòa quyện các món ăn mộc mạc của xứ Huế vừa đậm đà, bùi bùi, vừa giòn giòn, dai dai. Dù dân dã với các nguyên liệu quen thuộc nhưng cơm Âm Phủ đủ sức mê hoặc thực khách bởi cách nấu tỉ mỉ, trình bày màu sắc rất tinh tế phảng phất phong cách cung đình Huế. Điều này dẫn tới truyền thuyết vua nhà Nguyễn (vua Khải Định) cải trang xuất cung vi hành nửa đêm đói bụng ghé vào nhà một bà lão xin dùng bữa được bà lão đãi cho một suất cơm đơn giản trong một căn phòng âm u, chỉ có ngọn đèn dầu leo lét mà thành chuyện.

Sở dĩ cơm Âm Phủ ngon nức tiếng một phần cũng nhờ mang cái tên bất đắc dĩ đầy ma mị gây ấn tượng mạnh cho thực khách ăn khuya. Cũng từ đó cơm ma ngon miệng khách hào phóng... ăn luôn câu vè truyền khẩu như món "tráng miệng" kèm theo:

Muốn ăn xôi nếp gỏi gà

Ghé qua Gia Hội gần nhà Châu Tinh

Muốn ăn cơm dĩa trữ tình

Có quán Âm Phủ ma rình phía trong

Ngoài ra lúc nửa khuya cơm âm phủ Huế cũng rón rén đi vào câu thơ:

Cơm chi mà tối mò mò

Ma kêu quỷ khóc mịt mờ âm ty

Nghe đồn cũng thử mà đi

Té ra cũng chẳng khác chi dương trần

Đặc biệt từ trăm năm nay, quán cơm Âm Phủ lịch sử ở Huế vẫn bình chân như vại, vẫn tọa lạc ở vị trí cũ trên đường Nguyễn Thái Học, đối diện sân vận động Tự Do và gần khách sạn Thiên Đường. Bởi rứa "cơm ma" lại có câu: *"Ăn cơm Âm Phủ, ngủ khách sạn Thiên Đường".*

Ngày nay cơm Âm Phủ có mặt trong các quán ăn khắp nước. Cơm từ Long Xuyên đi Sài Gòn, ra Đông Hà, Quảng Trị, cơm vô tới luôn 36 phố phường Hà Nội. Theo thời gian "cơm ma" cũng thay đổi theo phong cách hiện đại để phù họp với khẩu vị và phong thổ địa phương nhưng dĩa cơm Âm Phủ lúc nào cũng phải đủ bảy màu sắc tượng trưng cho bảy bước chân đầu tiên của Đức Phật Thế Tôn.

Ngôi Nhà Hương Hỏa

Học hỏi và tìm hiểu thì tôi được biết:

Nhà Từ Đường còn gọi là Nhà Thờ, Nhà Chung hay Ngôi Nhà Hương Hỏa. Nghĩa gốc của Hương Hỏa là nhang và đèn, nghĩa bóng là chỉ tài sản của tổ tiên, ông bà, cha mẹ để lại cho con cháu dùng vào việc thờ cúng, giỗ chạp nhằm ghi nhớ công đức của người quá cố.

Nhà Từ Đường không chỉ mang ý nghĩa tinh thần, tâm linh cao cả, thờ cúng ông bà tổ họ, mà còn là nơi để con cháu sau này nhớ đến cội nguồn của dòng họ mình, hướng con cháu trong dòng họ sống tốt hơn.

Nhà Từ Đường là nơi lưu giữ gia phả dòng họ, các kỷ vật từ nhiều đời trước của dòng họ để lại. Đồng thời hàng năm khi vào các nghi lễ tế cúng hay giỗ tổ, con cháu ở các nơi trên mọi miền tổ quốc tụ họp tham dự, tưởng nhớ đến các thế hệ của dòng họ đã qua đời.

Nhà Từ Đường còn là tài sản thuộc sở hữu chung của dòng họ chớ không thuộc quyền sở hữu của riêng cá nhân nào. Đây là tài sản do các thành viên trong họ cùng đóng góp xây dựng để thực hiện cho mục đích thờ cúng chung của cả dòng họ đó.

Nói chung, Nhà Từ Đường ở đâu cũng có. Cả ba miền Bắc Trung Nam nước ta đều có. Điển hình là ở làng Hương Cần, huyện Hương Trà, tỉnh Thừa Thiên Huế cũng có Nhà Từ Đường của dòng họ Hồ, bên ngoại tôi.

Cách đây khoảng 70 năm Nhà Từ Đường của Ngoại do ông Jean Maury, con rể đầu của Ngoại và bà Dì (chị của Mạ tôi) cùng tộc họ đã góp sức dựng lại trên nền nhà thờ cũ do ông cố ngoại cất lên từ lâu. Xưa kia, ông cố ngoại tôi từng làm quan dưới triều nhà Nguyễn nên được vua ban cho đất đai thờ tự. Nhưng vì chiến tranh hư hại tứ tán mãi về sau này tộc họ mới dựng lại. Thuở đó, nhà cất bằng mái tranh vách đất sơ sài nhưng là một công đức và công ơn đáng tán thán. Đó là thời tôi sống cùng lính Quốc gia và lính Pháp mang giày đinh, đội nón ca-lô (calot), bồng súng đi ba-trui (patrouille), đếm "ắc ơ" (un, deux) mỗi tối.

Hãy tưởng tượng cái thuở xa lơ xa lắc đến xưa ơi là xưa kia, từ thành phố Huế muốn tới Nhà Từ Đường của họ Hồ ở Hương Cần cũng phải mất cả ngày trời. Thuở đó hình như mần chi có xe hơi nhà nước hay của quan thầy Pháp cho quá giang. Đi bộ thì ná thở, có khi đi không tới. Đi xe đạp đòn dông băng qua những con đường bụi bặm, lởm chởm ổ gà, những bụi cây cằn cỗi, những bụi tre gai rình rập, những thửa ruộng nghèo xác xơ... không vấp phải trở ngại bởi địa hình, địa vật, may ra tới.

Thời gian có khác chi biển dâu, thay đổi mọi thứ, kể cả đời người. Bảy mươi năm trôi qua từ chiến tranh cho tới hòa bình, rể của Ngoại, ông Jean Maury và bà Dì đã theo nhau về thiên cổ nhưng Ngôi Nhà Hương Hỏa xưa kia nhờ sự chăm chút lần hồi của dòng họ đã thay đổi bộ mặt âm u, buồn bã trở nên ngôi nhà bằng gạch, lợp ngói phả đầy nắng mai. Cái nắng ban mai không những tràn đầy trên mặt đất mà sắc vàng óng ánh của nắng cũng không ngớt phủ toàn bích trên ngôi nhà từ đường, với mái ngói âm dương, cột cao, cửa rộng, sân trước dựng một tấm phù điêu chạm trổ những hoa văn với hình rồng uốn khúc. Điều này làm tôi nhớ câu nói của Đức Đạt Lai Lạt Ma: "Hãy nhớ rằng vũ trụ dội lại hành động và tư tưởng của chúng ta".

Đặc biệt, ngoài thờ tộc của dòng họ Hồ còn có di ảnh bà cố tổ Hồ Thị Chỉ, vợ của vua Khải Định. Quyền của bà ngang với hoàng hậu (Nhất Giai Ân Phi là bậc nhất trong Cửu Phi của Vua), bà rất được nể trọng vì am hiểu văn hoá lịch sử, thông thạo tiếng Pháp, thường phiên dịch cho nhà vua và cùng vua dự các buổi yến tiệc quan trọng tiếp đãi triều thần trong và ngoài nước. Khi vua Khải Định băng hà, bà về lại quê nhà sống đời hiu quạnh, đến năm 1982 thì qua đời.

Ngày nay, người và vật đã đi vào thiên cổ. Nhưng nói cho cùng, thâm tâm tôi vẫn ngậm ngùi thương tiếc bà Đệ nhất Ân phi Hồ Thị Chỉ đầy bất hạnh. Bà Hồ Thị Chỉ là con của Thượng thư Bộ hộ Hồ Đác Trung, cũng là cháu nội của Hầu tước Hồ Đắc Tuấn và Quận chúa Công nữ Thức Huấn (con gái của Tùng Thiện Vương Miên Thẩm, hoàng tử thứ 10 của vua Minh Mạng). Mặc dù bà chỉ còn là kỷ niệm của một thời xa lắc xa lơ; nhưng bà vẫn sống trong cùng thời đại của chúng ta, gần gũi với chúng ta, cùng nổi trôi theo vận nước với chúng ta. Bà sinh năm 1902, từng là tiểu thư quận chúa, tài sắc vẹn toàn, nhưng duyên phận trớ trêu nên cuộc đời bà nhiều gian nan, trắc trở. Khi thất sủng, bà sống lây lất, đơn độc như chiếc bóng và chết như một thân phận dân dã bình thường.

Bà mất năm 1982 tại Huế. Ngày nay, nhà Từ Đường gia tộc họ Hồ được xây cất trong một phần đất thuộc thôn Dương Xuân Thượng, phường Thủy Xuân, thành phố Huế. Còn nhà từ đường của họ Hồ bên ngoại tôi vẫn ở làng Hương Cần.

Thật ra, đối với tôi, nhìn lại 13 triều đại nhà Nguyễn sao mà xa xôi quá, mờ mịt quá, hun hút trong quá khứ như hư ảo. Ngay cả triều vua Bảo Đại (1925-1945) thuộc thế kỷ 20, cận đại vậy mà cũng đã quá xa vời.

Ca Huế Và Nhạc Cung Đình

Ông anh họ Hồ tên Đắc Duệ bên ngoại tôi từng là nhạc công của dàn nhạc cung đình Huế thời Bảo Đại. Thấy tôi có năng khiếu về âm nhạc, ngoài việc dạy tôi đàn nguyệt và ca Huế ông còn hứa hẹn sẽ giới thiệu tôi vào nhóm nhạc cung đình Huế một ngày không xa.

Cũng vì lời hứa sôi nổi như rứa mà suốt ngày tôi cứ ôm lẽ đời có câu "mộng tưởng thành chân". Điều này khiến tôi lúc nào cũng tưởng ánh nắng tràn ngập trong lòng sẽ mang đến nhiều may mắn cho ước mơ tôi. Nhưng đời không như là mơ, ước mơ của tôi không thành sự thật.

Từ ngày vị vua thứ 13, vị vua cuối cùng của triều nhà Nguyễn thoái vị, nhạc cung đình Huế chấm dứt kéo luôn giấc mộng cung đình của tôi tan tành theo mây khói. Có điều an ủi là dù ước mơ tan vỡ, tôi cũng đã học được nhiều điều hữu ích từ ông anh họ, nhất là một số tài liệu chép tay của ông về ca Huế và nhạc cung đình ông cuộn trong bao nylon đưa cho tôi về nhà tự học luyện giọng và học hỏi thêm. Nay ông anh họ mất đã lâu, nhờ ông tôi ư hử vài câu ca Huế và tóm tắt ôn lại bài học vỡ lòng năm xưa.

1. Nhạc Cung Đình

Trong các thể loại nhạc cổ truyền Việt Nam, nhạc cung đình Huế là nhạc diễn xướng bởi trên 100 nghệ nhân vào những ngày lễ hội cho vua chúa và các đại thần, hoặc các lễ hội trang nghiêm khác. Nhạc cung đình đều phát nguồn từ trong các quy luật của nhiều nghi thức cung đình tại các làng xã người Việt từ nhiều thế kỷ trước.

Nhạc cung đình Huế có từ thời nhà Lý thế kỷ XI là một thể loại nhạc căn cứ theo quan niệm triết lý Nho giáo, cũng là biểu tượng của vương quyền. Nhưng các nghệ thuật ca múa thời đó, ngoài ảnh hưởng văn hóa Trung Hoa và Chiêm Thành còn chịu ảnh hưởng của các loại âm nhạc dân gian.

Nhạc cung đình Huế đầy tính trang trọng của Huế với 7 thể loại nhạc như Giao nhạc, Miếu nhạc, Ngũ tự nhạc, Đại triều nhạc, Thường triều nhạc, Yến nhạc, Cung trung nhạc, quy tụ rất nhiều nghệ nhân có khả năng sử dụng nhiều loại nhạc khí gồm các bộ gõ, dây và hơi, như trống bản, đàn tỳ bà, đàn nhị, đàn nguyệt, đàn tranh, sáo, khánh, chuông, mõ, phách (sênh tiền) v.v...

Thời kỳ vàng son của âm nhạc cung đình là thời nhà Nguyễn khởi từ Gia Long, Minh Mạng, Thiệu Trị, Tự

Đức. Đến thời Pháp thuộc, các vua nhà Nguyễn mất hết quyền bính và nhuệ khí khiến đời sống cung đình đâm ra tẻ nhạt, âm nhạc cung đình ngày càng suy giảm. Đời vua Thành Thái lập thêm một đội nghệ nhân thiếu niên, song tất cả đều hoạt động cầm chừng.

Năm 1942 là năm cuối cùng triều nhà Nguyễn, vua Bảo Đại cử hành lễ Tế Nam Giao, cũng là lần cuối cùng nhạc cung đình Huế được trình diễn trọng thể trước công chúng.

Tháng 8 năm 1945, trên Ngọ Môn, hoàng đế cuối cùng của triều nhà Nguyễn thoái vị. Nhạc cung đình Huế tan rã. Tuy nhiên, thân mẫu của vua Bảo Đại là đức Từ Cung đã đứng ra bảo trợ và duy trì đội nhạc cung đình tồn tại cho đến năm 1975.

Tài liệu chép tay của ông anh họ chỉ nói đến đời vua Bảo Đại là hết, không thấy đề cập tới tập đoàn UNESCO sau này công nhận Nhạc Cung Đình Huế là Di Sản Nghệ Thuật của nhân loại.

Nhân nói đến nhạc khí của nhạc cung đình Huế tôi lại có một kỷ niệm khó quên. Tuy tôi có chút năng khiếu về âm nhạc nhưng thuở mới nhập môn kỹ thuật của đàn nguyệt là khảy, rung, nhấn, vuốt, vỗ, vê (luân chỉ) tôi cứ lúng ta lúng túng, lọng ca lọng cọng, vụng về, cứng ngắc làm tiếng đàn cứ ọt ẹt, rên rỉ, ngòng ngọng như ai bóp cổ.

Rứa mà khi tiếng đàn nguyệt của tôi trở nên mềm

mại, duyên dáng, sắc điệu rộn ràng thì xảy ra biến cố chính trị buộc vua Bảo Đại thoái vị. Giấc mộng được tuyển vô nhóm nhạc cung đình Huế của tôi tan rã cũng là lúc tôi giã từ cây đàn nguyệt chuyển trường học về Sài Gòn. Đã hơn sáu mươi năm tôi lìa xa cây đàn nguyệt để rồi đàn thầy trả thầy; giọng ca Huế thanh thoát năm xưa cũng chìm xuống, im lắng theo tuổi tác tôi. Dù rứa tôi vẫn thương nhớ hình dạng cây đờn kìm và thích nghe tiếng đàn nguyệt tuy mộc mạc, trầm đục, chân tình nhưng phơi phới với nhịp điệu sinh động, thanh khiết, vui tươi.

Đàn nguyệt xuất xứ từ Trung Quốc, vốn có nhiều tên gọi. Đàn nguyệt còn được gọi là đàn song thanh hay song vận có 2 dây. Thùng đàn hình tròn như mặt trăng nên gọi là nguyệt cầm. Khi du nhập vào Việt Nam, người miền Nam ta gọi đàn nguyệt là đờn kìm, thùng đàn vẫn tròn không có lỗ phát âm, cần đàn dài hơn, phím đàn cao hơn, cách xa nhau và không đều nhau, từ 8 phím tới 11 phím, đánh theo lối ngũ cung. Đờn kìm được vinh danh là Quân Tử Cầm hay Vọng Nguyệt Cầm rất thịnh hành trong nghề đờn ca tài tử miền Nam. Hơn nữa, đàn nguyệt thường được dùng để độc tấu, hòa tấu trong ban nhạc chầu văn, ca Huế, phường bát âm...

2. Ca Huế

Thưở nhập môn, giọng ca niên thiếu tôi thanh thoát, rộn ràng, nhanh, mạnh, đầy tự tin. Còn bây chừ thì ôi thôi rồi, tôi cố cách mấy giọng vẫn rè, khàn đục, già chát nghe lăng nhách, chán phèo, dở ẹc, dở thầy chạy.

Nhưng mà ca Huế là gì, ca ra răng, làm răng? Trả lời dễ ẹc. Ca Huế là một thể loại âm nhạc cổ truyền của xứ Huế. Đơn giản rứa thê. Cũng tài liệu chép tay của ông anh họ khái quát ghi rằng:

Ca Huế phát sinh từ trong cung đình vào thế kỷ thứ 17, là thú chơi tao nhã của hoàng thân quốc thích, danh gia vọng tộc. Ca Huế có giá trị cao về nghệ thuật, giáo dục cũng như nhân cách của con người, được phổ biến rộng rãi ở các tỉnh phía Bắc cũng như phía Nam. Chính vì vậy nên ca Huế rất đa dạng và phong phú, mang âm hưởng của hai điệu thức Bắc rộn rã, vui tươi và Nam nỉ non, ai oán, hầu hết thường diễn qua 4 nhạc khúc thịnh hành Lưu Thủy, Kim Tiền, Xuân Phong, Long Hổ.

Tài liệu chép tay của ông anh họ chỉ nói ca Huế là loại nhạc thính phòng, không thấy nói ca Huế trên sông Hương.

Ngày nay, ca Huế đã vượt ra ngoài cung đình để những câu hát, điệu hò Huế ngọt ngào, xao xuyến với những âm điệu trầm bổng, du dương của giọng hát hòa quyện với tiếng dìu dặt của dàn nhạc gồm đàn bầu, đàn tranh, đàn nguyệt, tỳ bà, sáo, xênh, phách... trỗi lên trên thuyền rồng bồng bềnh trên sông Hương sẽ ru tâm hồn giới thưởng ngoạn vào miền ký ức sâu thẳm khởi từ đời nhà Lý.

Nhã Ca, Tiếng Chuông Thiên Mụ

Nhiều năm trước, tôi có tham dự buổi ra mắt tác phẩm Mouring Headband For Hue của nhà văn Nhã Ca tại Toronto. Nghe danh Nhã Ca - Trần Dạ Từ đã lâu từ trong nước mãi đến nay tôi mới gặp cả hai ông bà. Mouring Headband For Hue do giáo sư Sử học, Tiến sĩ Olga Dror thuộc Đại học Texas A&M University chuyển ngữ từ tác phẩm *Giải Khăn Sô Cho Huế*, tập hồi ký của Nhã Ca in tại Sài Gòn 1969, được Giải Văn Chương Quốc gia Việt Nam Cộng Hòa năm 1970.

Trong cuộc tổng tấn công Mậu Thân Huế, tác giả *Giải Khăn Sô Cho Huế* là chứng nhân trước thảm cảnh thành phố Huế bị tàn phá và hàng chục ngàn người dân bị tàn sát. Sau hơn hai tháng sống kề cận với cái chết, Nhã Ca về Sài Gòn đã viết nên những trang hồi ký *Giải Khăn Sô Cho Huế* kể lại những điều mắt thấy tai nghe trong cuộc tổng công kích của Cộng Sản vào thành phố lịch sử Huế. Tuy nhiên, trước đó bà phải đợi tình hình thời sự sau biến cố Tết Mậu Thân cũng như "những hậu ý xô bồ của thời cuộc" lắng xuống đến gần hai năm sau, "Hai năm, hài cốt cả chục ngàn dân Huế bị tàn sát ở bờ bụi, vứt bỏ xuống đáy sông đáy suối, đã được thu nhặt dần...", tác phẩm này mới thực sự ra đời. Khi *Giải Khăn Sô Cho Huế* vừa xuất bản đã sớm đến tay độc giả, từ đó toàn bộ tác quyền của tác phẩm nổi tiếng này được tác giả dành tặng cho Huế.

Nhưng sau năm 1975, vì nội dung trong tác phẩm *Giải Khăn Sô Cho Huế*, Nhã Ca bị nhà nước Cộng Sản bắt giam hai năm. Chính cuốn *Giải Khăn Sô Cho Huế* bị liệt vào hàng phản động, trưng bày trong "Nhà Triển Lãm Tội Ác Mỹ Ngụy" là chứng tích kết tội bà "biệt kích văn hóa" trong khi chồng bà, nhà văn Trần Dạ Từ, sống lây lất trong tù đến 12 năm. Do sự can thiệp của hội Văn Bút Quốc tế phối hợp với hội Ân Xá Quốc tế và thủ tướng Thụy Điển Ingvar Carlsson, ông bà được sang Thụy Điển tị nạn. Năm 1992 bà cùng gia đình sang California định cư và lập hệ thống Việt Báo Daily News tại Quận Cam đến nay.

Đọc *Giải Khăn Sô Cho Huế* người đọc nhận ra những nạn nhân trong trận Tổng công kích Mậu Thân Huế đã chết dưới những viên đạn và những nhát cuốc ác liệt của phía bên kia là nỗi đau của cộng đồng và là cái tang chung cho cả nước. Ở nhà văn nữ này, cuốn hồi ký trên là sự kết hợp của trí tuệ trang nghiêm, sâu lắng, giản dị và nhân từ. Cho đến nay tôi vẫn nghĩ rằng chữ nghĩa thâm trầm nhưng gần gũi thân thiết kia như giải khăn sô hay đúng hơn là tấm khăn tang mà tác giả dụng ý đắp lên nỗi oan khiên của người Huế, những nạn nhân vốn cần cù, giản dị, gần gũi và bình thường như bất kỳ người dân đất Thần Kinh hiền lành như đất đai, như cây lúa mà tôi đã từng gặp. Thật ra chết dưới mọi hình thức nào cũng là chết, nhưng không đâu trên khắp đất nước này cái chết lại tàn bạo như ở Huế.

Ở Nhã Ca - Trần Dạ Từ tôi luôn cảm phục và kính trọng nhân cách của hai ông bà và những người con, trong cơn khốn khó vẫn âm thầm che giấu nhà văn Mai Thảo trong nhà mình, giữa lúc Mai Thảo đang bị nhà nước Cộng Sản truy lùng ráo riết.

Nhã Ca sinh năm 1939 tại Huế, dù sớm lìa quê Huế nhưng suốt đời bà, Huế vẫn là niềm thương khó, là nỗi ám ảnh khôn nguôi. Những tưởng Huế muôn đời trầm mặc, cổ kính nhưng chiến tranh đã làm Huế hiển lộ và trong nỗi khốn khổ đó Nhã Ca đã gặp lại Huế như một kiếp số mà không cách gì thoát ra được. Hình như cuộc đời bà, số phận bà và Huế cùng gánh chung một nỗi đau đời, quá sức. Chính vì lẽ đó, Nhã Ca và Huế, Huế và chiến tranh đã làm ra *Giải Khăn Sô Cho Huế*. Đọc hồi ký này có lẽ nhiều người cũng như tôi như nuốt nhầm một thứ tai họa to lớn của Huế cùng với máu và nước mắt chảy ngược vào lòng.

Tôi vẫn còn nhớ hồi ở lính tôi đến với thế giới thơ Nhã Ca trước khi đọc tản văn của bà. Cũng nhờ anh bạn cùng đơn vị ở Pleiku sưu tầm thơ của các nhà thơ nữ, anh chịu khó chép tay, đóng thành tập và tự đặt một cái tựa là lạ *Tiếng Gió Chuông*. Văn học miền Nam vào thập niên 1960 rất ít nhà thơ nữ nên tập thơ chép tay *Tiếng Gió Chuông* chỉ có vài chục trang giấy học trò. Bài thơ đầu tiên tôi đọc là bài *Tiếng Chuông Thiên Mụ* của Trần Thy Nhã Ca sau này tôi mới biết là của nhà thơ kiêm nhà văn xứ Huế: Nhã Ca.

Tôi lớn lên bên này sông Hương
Con sông chẻ đời ra những vùng thương nhớ
Cây trái Kim Long, sắt thép cầu Bạch Hổ
Cửa từ bi vồn vã bước chân sông
Mặt nước xanh trong suốt tuổi thơ hồng
Tháp cổ chuông xưa sông hiền sóng mọn
Những đêm tối bao la những ngày tháng lớn
Những sáng chim chiều dế canh gà
Tiếng chuông buồn vui dợn thấu xương da
Người với chuông như chiều với tối
Tôi bỏ nhà ra đi năm mười chín tuổi
Đêm trước ngày đi nằm đợi tiếng chuông
Cuối cơn điên đầu giấc ngủ đau buồn

Tiếng chuông đến dịu dàng lay tôi dậy
Tiếng chuông đến và đi chỉ mình tôi thấy
Chỉ mình tôi nhìn thấy tiếng chuông tan

Tiếng chuông tan đều như hơi thở anh em
Tiếng chuông tan rời như lệ mẹ hiền
Tiếng chuông tan lâu như mưa ngoài phố
Tiếng chuông tan dài như đêm không ngủ
Tiếng chuông tan tành như tiếng vỡ trong tôi

Từ dạo xa chuông khôn lớn giữa đời
Đổi họ thay tên viết văn làm báo
Cơm áo dậy mồm ăn lơ nói láo
Cửa từ bi xưa mất dấu đứa con hư
Tháp cổ chuông xưa, sông nhỏ sương mù
Dòng nước cũ trong mắt nhìn ẩm đục
Con đường cũ trong hồn nghe cỏ mọc
Chuông cũ giờ đây bẵn bặt trong da
Tuổi hồng sa chân chết đuối bao giờ
Ngày tháng cũ cầm bằng như thác lũ

Nhưng sao chiều nay bỗng bàng hoàng nhớ
Tiếng chuông xưa bừng sống lại trong tôi
Tiếng chuông xưa kìa tuổi dại ta ơi
Chuông oà vỡ trong tôi nghìn tiếng nói
Những mảnh đồng đen như da đêm tối
Những mảnh đồng đen như tiếng cựa mình
Những mảnh đồng đen như máu phục sinh
Những mảnh đồng đen kề nhau bước tới

Tiếng chuông của bài thơ này không những ngân vang thật xa mà còn mang theo nỗi buồn của người con gái Huế. Cố đô Huế là cái nôi của Phật giáo, mảnh đất thần kinh có nhiều chùa chiền linh thiêng. Đặc biệt là **chùa Thiên Mụ**, nhất cổ tự xứ Huế được xây dựng năm 1601 bởi chúa Tiên Nguyễn Hoàng, vị chúa Nguyễn đầu tiên ở Đàng Trong. Chùa Thiên Mụ với tiếng đại hồng chung ngân rất xa, từ lâu đã đi vào thơ ca.

Bài thơ của Trần Thy Nhã Ca làm tôi nhớ hồi trẻ tôi hay lon ton trên những nẻo đường, cũng từng được nghe tiếng đại hồng chung của chùa Khải Đoan, Banmêthuột, chùa Linh Mụ, Huế, chùa Linh Sơn, Đà Lạt và chùa Quang Minh, Đồng Xoài.

Tiếng Chuông Thiên Mụ của Nhã Ca sáng tác tại Sài Gòn 1963, sáu năm sau tôi mới được đọc bằng bản chép tay và mãi đến tháng 5/2023 ở quê người tôi phổ thành ca khúc mang cùng tên.

Nhã Ca tên thật *Trần Thị Thu Vân*, sinh năm 1939 *tại* Huế. Năm 1960 vào Sài Gòn bắt đầu sự nghiệp thơ văn. *Nhã Ca Mới* là tập thơ đầu tay.

Tác phẩm đã xuất bản:

- *Nhã Ca Mới* (1965), *Đêm Nghe Tiếng Đại Bác* (1966), *Bóng Tối Thời Con Gái* (1967), *Khi Bước Xuống* (1967), *Người Tình Ngoài Mặt Trận* (1967), *Sống Một Ngày* (1967), *Xuân Thì* (1967), *Những Giọt Nắng Vàng* (1968),

Đoàn Nữ Binh Mùa Thu (1969), *Giải Khăn Sô Cho Huế* (1969) (tái bản ở Hoa Kỳ 2008), *Một Mai Khi Hòa Bình* (1969), *Mưa Trên Cây Sầu Đông* (1969), *Phượng Hoàng* (1969), *Tình Ca Cho Huế Đổ Nát* (1969), *Dạ Khúc Bên Kia Phố* (1970), *Tình Ca Trong Lửa Đỏ* (1970), *Đời Ca Hát* (1971), *Lặn Về Phía Mặt Trời* (1971), *Trưa Áo Trắng* (1972), *Tòa Bin-đing Bỏ Không* (1973), *Bước Khẽ Tới Người Thương* (1974).

- Phim *Đất khổ* do Hà Thúc Cần sản xuất và hoàn tất năm 1973, một phần dựa theo cuốn *Giải Khăn Sô Cho Huế* và *Đêm Nghe Tiếng Đại Bác,* do Nhã Ca viết đối thoại.

Các tác phẩm của bà được dịch ra ngoại ngữ:

1. *Đêm Nghe Tiếng Đại Bác* (Le Cannon Tonnent La Nuit) Liêu Trương dịch sang tiếng Pháp.

2. *Đoàn Nữ Binh Mùa Thu* (The Short Timers) Barry Hilton dịch sang tiếng Anh.

3. *Giải Khăn Sô Cho Huế* (Mourning Headband For Hue) Giáo sư Sử Học Olga Dror dịch sang tiếng Anh.

4. Phim *Đất Khổ* (Land of Sorrows) được hãng Remis phát hành..

Tại hải ngoại, bà tiếp tục sáng tác: *Hồi Ký Một Người Mất Ngày Tháng, Đường Tự Do Sài Gòn* (2006), *O Xưa* (2023).

Nhớ Bạn Thơ Xứ Huế

Tôi còn nhớ năm 1992, trong những lần sinh hoạt văn nghệ tại Montreal trong đó có buổi triển lãm tranh của họa sĩ Võ Đình, tôi gặp lại người bạn xưa xứ Huế: Nguyễn Đức Cẩm, tức nhà thơ Nguyễn Đức BạtNgàn. Bạn văn tình cờ tri ngộ nơi xứ người tay bắt mặt mừng hôm trước hôm sau đã vội vàng chia tay.

Bốn năm sau, 1996, vợ chồng nhà thơ Nguyễn Đức BạtNgàn ngao du sơn thủy đâu đó tiện đường ngang qua Toronto ghé qua nhà tặng tôi hai tập thơ *Bình Minh Câm* (1985) và *Giữa Triền Hạn Reo* (1988). Lâu ngày gặp lại chúng tôi chuyện trò rôm rả, tha hồ nhắc chuyện văn gừng văn bút ngày xưa, đã đời rồi... tới phiên hai bà hỏi thăm nhau mới biết người bạn đời của Nguyễn Đức BạtNgàn là người gốc Bạc Liêu.

Ha ha! Quen biết anh bạn thơ xứ Huế trước 1975 nên tôi biết Nguyễn Đức BạtNgàn vốn có máu lang bạt kỳ hồ, ngày trưởng thành vui chân làm sao lại lạc tuốt vô Nam. Gặp bạn bè rỉ rả vài chung rượu đế rồi theo sông nước trôi dạt xuống miền Tây. Lúc gác mũi xuồng ba lá lên bờ Bạc Liêu, trời xui đất khiến anh bạn thơ phải lòng một cô gái xứ cơ cầu. Đối diện với anh bạn thơ hiền lành, tôi thầm nghĩ mà mắc cười cho cái duyên nợ ba sinh, đã xích anh chàng du tử bến Ô Lâu cùng cô gái ruộng muối Bạc Liêu bằng một sợi xích-thẳng:

từ hôm nay là đời ta hiển hiện

sống trong nhau thơm hạnh phúc vợ chồng

từ hôm nay là đời ta vĩnh viễn

cùng băng rừng vượt núi qua sông...

Từ đó mãi đến năm 2011, họa sĩ Trần Nho Bụi qua email cho biết họa sĩ ở chung thành phố Edmonton với nhà thơ Nguyễn Đức BạtNgàn. Khi tôi email bài thơ "Thơ Về Bạc Liêu" (*), anh bạn thơ xứ Huế của tôi cười toe. Năm tháng trôi qua, nhờ nền kỹ nghệ tân thời, từ email chúng tôi lại tái ngộ qua facebook. Một hôm (2017) bạn tôi hứng chí, qua màn hình computer bạn sang sảng chỉ cho tôi 5 động tác tập thể dục phỏng theo phương pháp Yoga. Ở cái tuổi thất thập hầu hết ai cũng chú trọng về sức khỏe; riêng bạn tôi, ngoài sức khỏe còn gánh cả... sức thơ. Thấy tôi giống như một môn sinh vụng về hì hục tập theo 5 bài tập thể dục, bạn cười khà khà rồi nói về thơ, muốn tôi phổ nhạc bài thơ Cúc Hương bạn sáng tác năm 1989:

đá mòn chưa cúc hương

đường xa em gánh gạo

non cao sa sa lầy
biển trầm luân hạo hạo
em lạ lùng dang tay

núi ngó sông dang dở
nắng ôm mưa sụt sùi
đất tháng mười nức nở
trời tháng năm lay bay

anh mềm như hạt gạo
đói nghèo theo thu đông
mùa xuân hoa mai trắng
nhạt theo hè nhớ mong

hao mòn chưa cúc hương
em đường xa gánh gạo
quê hương trong lao tù
mẹ chong đèn vá áo

em về chưa cúc hương
đêm anh lòng nặng hạt
con thôi nôi khóc cười
thổi lên lời gió lộng
nửa vầng trăng phơi phới

đất rạng ngời trỗi giọng

tiếp sức trời ra khơi
miếng cơm chưa đầy bụng
trên quê nghèo tả tơi
mệt hàng bông sứ đắng
đuối tàu cau sương rơi

miếng cơm chưa đầy bụng
từ khi con chào đời
từ khi cha khánh tận
mẹ tủi hờn hao hơi

đã vàng chưa cúc hương
em đường xa gánh gạo
lưng thắt đôi vai gầy
phổi dậy tràn gió bão
tim phập phồng mây bay
hôn mừng em cúc hương
đạp lên đầu tổ quốc

Đọc xong bài thơ *Cúc Hương*, một giờ đồng hồ sau là có nhạc Cúc Hương. Ngày hôm sau tôi nhờ ca sĩ Trần Khánh Ly hát Cúc Hương với tiếng đàn piano của Nhật Lâm qua ống kính thu hình của cô bé Sue. Thưởng thức bài hát Cúc Hương xong bạn thơ thiệt tình sảng khoái. Nhưng sao qua màn hình, gương mặt xương xương và ánh mắt bạn tôi tuy rạng rỡ lại ẩn chứa một nét chi buồn buồn. Lúc Nguyễn Đức BạtNgàn qua đời, đọc bài thơ "Tự Phác Họa" của bạn tôi mới biết nguyên nhân:

từ cuối tháng ba năm ngoái (2018)
tôi đã cùng bệnh tật đấu đá lẫn nhau
hiện tại tuy đang thủ huề
nhưng biết đâu
không chừng tôi sa cơ
sẽ hóa không

bất chợt hào hứng
nên tạm phác họa dăm chút đời mình
(cho mai sau nhìn lại)
...
di ngôn:
tri ân sự sống có tôi
dự phần
cám ơn sự chết đang thân ái chờ tôi
họp mặt
sống chết bình an
tôi vô cùng thênh thang

NGUYỄN ĐỨC BẠTNGÀN
Apri 13th, 2019
Edmonton Canada

Bây giờ là cuối tháng 9/2019 trời ngả sang thu. Nhín

lại sau gần 45 năm xa xứ các bạn văn của tôi rũ áo bỏ đi nhiều quá. Đời thật vô thường. Vô thường mới nhất là bạn tôi, nhà thơ Nguyễn Đức BạtNgàn.

Nguyễn Đức BạtNgàn sinh năm 1948 tại Vĩnh An, Thừa Thiên, bên bến Ô Lâu. Mất ngày 27 tháng 9 năm 2019 tại Edmonton, Alberta, Canada.

(*) THƠ VỀ BẠC LIÊU

gởi Nguyễn Đức BạtNgàn

Mưa dầm xứ Huế thâm thâm
Gió bay mưa tạt ướt nhằm Bạc Liêu
Bạc Liêu giận ít thương nhiều
Cãi lời cha mẹ bước liều một phen
Từ giã ngày, từ giã đêm
Đưa nhau về trọ "giữa triền hạn reo"
Quán đời ai dựng cheo leo
Bạc Liêu không ở, lại theo Bạt Ngàn
Đãi nhau một vẻ thanh nhàn
Đóng thuyền ván nhẹ chèo sang nẻo tình
Thò tay vớt nguyệt lung linh
Bạc Liêu thỏ thẻ gọi "bình minh câm"
Mưa dầm xứ Huế thâm thâm
Gió bay mưa tạt ướt nhằm người thương.

"Ché Ẹ", Thổ Ngữ Bình Định

Trước khi vào đề tài chính tôi mạn phép nói qua về ông Năm Còi, người Bình Định chánh tông gắn liền với thổ âm "ché ẹ".

Năm Còi là một võ sư Bình Định, cháu họ xa bên ngoại tôi gọi má tôi là chị Ba. Khoảng giữa thập niên 50, mỗi lần từ Bình Định lên Bản Thuột nghiên cứu cây thuốc Nam gì đó ông đều trọ nhà ba má tôi năm bữa nửa tháng.

Tôi không biết tên thật của ông là gì chỉ nghe má tôi gọi là chú Năm Còi. Thật ra tên cúng cơm của ông là Côi, má tôi nói, bị còi từ thuở nhỏ lớn lên trong lồng kính nên người nhà quen gọi là Còi, con thứ năm trong gia đình. Ấy, coi còi rứa nhưng đừng tưởng bở. Thân hình ông thuộc loại mình đồng da sắt là kết quả của những năm tháng kiên trì luyện tập võ nghệ. Một cú đá Tảo Địa Cước của ông đủ để ba bốn cây bắp gãy gục; còn cú đấm thôi sơn, kỹ thuật đòn đánh trong bộ môn võ thuật, đủ để thân cây chuối bầm dập, ngất ngư.

Những lần Năm Còi ở nhà ba má tôi sáng sáng xách cặp đi tới tối mịt mới về; làm gì tôi không biết nhưng cứ cuối tuần ông lại dắt tôi vô rừng luyện võ, dạy thêm cho tôi quyền cước Bình Định, đặc biệt về võ đạo. Thấy ông quê mùa cục mịch rứa mà võ thuật và võ đạo của ông thì mênh mông. Võ cổ truyền Bình Định rất uyên thâm, thể hiện tính dứt khoát ở thế thủ, nhất là thế công với sức hủy diệt dũng mãnh nhưng khi chuyển qua võ đạo thì võ cổ truyền Bình Định lại đặt nặng về mặt đạo đức, luôn giữ được tinh thần thượng võ, đề cao ngũ thường nhân, lễ, nghĩa, trí, tín.

Tôi còn nhớ hoài, lần đầu tiên nhìn Năm Còi đi quyền vừa đọc thiệu, mặc dù nghe rất lạ tai nhưng tôi phục võ nghệ của ông sát đất. Nhất là giọng Bình Định đã khó nghe mà chữ "ché ẹ!" càng lạ ác. Bằng cặp mắt sáng như điện của loài hổ dữ ông thúc tôi ra sân, giọng rổn rảng:

- Tén, xứng mưa rầu kìa. Ra sân luyện võ tiếp đi ché ẹ" (Tấn, tạnh mưa rồi kìa. Mi ra sân luyện võ tiếp đi chớ bộ).

- Tén. Cách đánh công phu của Ngọc Trản Quyền là phửa kín đáu ché ẹ. Mi để hở hạ bộ là chốt choa rầu Tén. Cách đánh công phu của Ngọc Trản Quyền là phải kín đáo chớ. Mi để hở hạ bộ là chết choa rầu).

- Tén, tấu rầu, nghỉ tay đi tém còn đi ăng cơm ché ẹ! Chi Boa tau hấu kìa. (Tấn, tối rồi, nghỉ tay đi tắm còn đi ăn cơm chớ bộ. Chi Ba tao hối kìa).

- Biết rầu cha nậu! Nậu loàm được thì người ta cũng loàm được ché ẹ!

(Biết rồi cha nội! Ông làm được thì người ta cũng làm được chớ bộ)

- Chị Boa ư, chời sắp tấu rầu lo mà dìa ché ẹ!

(Chị Ba ơi, trời sắp tối rồi lo mà về chớ bộ)...

Nghe riết rồi tôi mới để ý thấy chữ "Ché ẹ" luôn nằm ở cuối câu nói nhằm nhấn mạnh một mệnh đề đã khẳng định. "Ché ẹ" đồng nghĩa với chữ "chứ lị" của người miền Bắc, "chớ hỉ" của người miền Trung và "chớ bộ" của miền Nam. Tuy nhiên gộp chung tiếng nói ba miền đất nước thì tiếng Nẫu lại khác biền biệt. Thí dụ người quê Nam nói "Lên trên ngọn" tức vô sâu trong núi thì Nẫu nói "Dô tuốt trỏng" hoặc người Thừa Thiên nói "Rứa hè?" thì Nẫu nói "Dãy na?" v.v...

Võ sư Năm Còi coi dữ dằn rứa nhưng người xứ Nẫu như ông vốn chất phác, bình dị, và hào phóng trong cách hành xử, trong lời ăn tiếng nói rổn rảng hằng ngày cũng như trong ca dao, tục ngữ... thể hiện cách diễn đạt mộc mạc của người xứ dừa, xứ biển còn gọi là xứ Nẫu, tên gọi mang đậm thổ ngữ địa phương thật nẫu nẹt chân quê.

"Ai dìa sông núi Phú Yên
Cho Nẫu nhắn gởi nỗi niềm nhớ quê"

> *"Tiếng đồn cặp mắt em lanh*
> *Ai nẫu không ngó, chở anh ngó hoài"*

> *"Chàng ơi thuyền lướt giữa dòng*
> *Tố dông đâu mượt tố, đứng có dông bỏ nàng"*

> *"Anh về dưới Vạn Gò Bồi*
> *Bán mắm, bán cá lần hồi cưới em"*

> *"Nghênh ngang kìa ngọn Kim Sơn*
> *Tình chung đất nước, không còn nắng mưa"*

Những câu ca dao tiêu biểu trên cho ta cảm nhận ngôn ngữ phong phú, bất hủ của tiếng địa phương nói lên lòng chan chứa nghĩa tình, gắn bó nước non, tự hào của người dân quê Phú Yên Bình Định.

Có điều những ngày tháng sau này dù tôi đã cất công tìm tòi, lục lọi, học hỏi, truy cứu những câu ca dao, tục ngữ ghi lại trong các trang mạng, trang sách đầy công nghiên cứu, biên soạn ngôn ngữ văn học của dân tộc ba miền nói chung và Phú Yên Bình Định nói riêng, tôi vẫn không tìm thấy thổ ngữ "ché ẹ" cũng như không nghe thấy ai nói, dù là nói nhại, ngoài ông Năm Còi.

Riêng tôi cho rằng hai chữ "ché ẹ" cũng có thể là một yếu tố căn bản của các dấu hỏi ngã trong tiếng Việt nhằm điều chỉnh giọng chắc nịch của câu nói. Nếu phân tích kỹ chút xíu thì từ vựng "ché ẹ" đều thuộc thanh sắc đi liền nhau bằng một giọng vừa lên cao liền giật giọng xuống thấp một cách dứt khoát.

Dù sao khi nghe những giọng nói ọ ẹ, lạ tai lúc đầu của dân xứ Nẫu riết rồi trở nên thân quen mang đậm sắc thái quê hương xứ sở của các Đầu Nậu chịu khó nai lưng ra làm đủ các thứ nghề như Nậu vựa (nghề của người làm mắm), Nậu cấy (người cấy mướn), Nậu nại (nghề làm muối), Nậu nguồn (nghề làm rừng)... Nhìn chung nghề nào cũng là nghề đều được ông cha ta thể hiện trong các câu ca dao ngọt ngào lời quê xứ Nẫu:

Ai về nhắn với nậu nguồn
Mít non gởi xuống, cá chuồn đem lên

Nậu nại tui dại như trâu
Trưa tròn con bóng vác đầu ra phơi

Chiều chiều mây phủ Đá Bia
Đá Bia mây phủ chị kia mất chồng
Mất chồng như nậu mất trâu
Chạy lên chạy xuống cái đầu chơm bơm

Anh về Bình Định thăm nhà
Tháng Hai trở lại, tháng Ba cưới nàng
Cưới nàng đội nón Gò Găng
Xấp lãnh An Thái một khăn trầu nguồn.

Huế Và Thơ

Phụ bản Võ Đình

Tiền Thân Huế

Thưa, Em là giọt chiều mưa
Giọt thơm nắng sớm đong đưa đầu cành
Em là một miếng trời xanh
Rơi trong bát ngát mà thành ung dung
Về đâu mặc bụi chốn cùng
Xanh rồi tự tại giữa vùng thiên thanh
Em Là vóc nước ao lành
Xưa
Quê em ở trên cành hoa sen

Em là một giọt mù sương
Giọt sương lóng lánh thơm hương đầu ngày
Em là một chút bụi bay
Bay trong bóng núi mùa đầy an nhiên

Về đâu mặc ngụm ưu phiền
Quen rồi an định giữa miền sắc không
Em là ngấn nước xanh trong
Xưa quê em ở trên dòng sông Hương

Em là một ngọn phù vân
Nghe con chim hót băn khoăn trưa hè
Em là cọng lá bờ tre
Xanh như câu hát lời về ban trưa
Tiền thân là giọt chuông chùa
Trôi trong tự tại bốn mùa như thơ
Em là bến nước con đò
Xưa quê em ở bên bờ Hương Giang

Róc Rách

Anh ra đi tuyệt không hò không hẹn
Đã lâu rồi biền biệt chốn xa xăm
Em mòn mỏi đến gan bào ruột thắt
Những ôm lòng hoài vọng mấy mươi năm

Anh xa quê biết bao mùa mưa nắng
Miệt mài đi quên hết cả đường quê
Em xây nón dạ sầu bi bát ngát
Hoàng thành xưa móm mém đợi ai về

Đò lên Huế đò chèo anh xa Huế
Xa sông quê xa luôn cả bờ em
Trách anh bạc em như dao sút ngạc
Bỏ buồn len cho đèn nọ lu lem

Thương con đò Thừa Phủ nằm im bóng
Co ro từng miếng ván mục hôi phai
Đưa anh đi hai mái chèo chèo thốc
Điệu Nam Ai biếng tiếng cũng thở dài

Cầu Tràng Tiền xui duyên chưa kịp bén
Anh xa rồi em quyến luyến cơn mơ
Tà áo trắng dài bay hương Đồng Khánh
Cũng mịt mờ trong sương lạnh bơ ngơ

Nước sông Hương chừ vẫn trôi róc rách
Núi Ngự Bình gió vẫn lách cách bay
Em rón rén dựa lưng vào Đại Nội
Nghe Huế buồn róc rách tiếng trôi ngày.

Cái Đẹp Huế

cho em tôi và Huế

Ánh sáng trắng xẻ đôi tà nhật nguyệt
Vệt nắng dài chảy thắm vạt hoa niên
Nghiêng vành nón tay che trời xanh thẳm
Tay ôm vòng như giấu một niềm riêng

Ôi cái đẹp gương trăng rằm đương độ
Ôi mắt nhung như miệng, mắt biết cười
Em nhan sắc, ngày đang trôi khựng lại
Anh phong trần sương gió cũng chơi vơi

Cây đứng lặng phía sau lưng màu áo
Thành phố già khúm núm gót chân son
Em là miếng trời xanh ngoài quê Huế
Gót phiêu bồng anh tìm lạc biển Đông

Xin gởi em tấm chân tình như nhất
Biết nói lời tha thiết của câu thương
Nói thành thơ, thơ thành loài hoa quí
Mọc trên em và nở giữa linh hồn.

O Ngoài Huế Nợ Tui Hai Cắc Hẻo

Có một dạo qua cầu tre lắt lẻo
Dòm trời mây khô héo gió hiu hiu
Soi bóng nước thấy mặt mình buồn thiu
Nghe trong hồn rụng vài xâu trái nhớ

Tức cảnh sanh tình chở hơi đâu cắc cớ
Nhớ mần chi ba cái mớ nợ duyên
Đời bạc bẽo rước lấy chỉ thêm phiền
Rứa mà nhớ bất nhơn rồi được thể

Ngồi lẩn thẩn trong Nam sầu ra Huế
Nhớ mần răng o Thừa Phủ qua đò
Trăng thường mỏng nên Huế ngại ốm o
Thương áo tím nợ tui hai cắc hẻo

Nước sông Hương soi dòng trong leo lẻo
Tui chộ em ngồi tim tím gió lay
Mai về Đại Lược đừng làm con sáo bay
Duyên ngược Kim Long mà quên hai cắc đủ

Đưa em qua bến đò Thừa Phủ
Ở lộ mô cầu Bạch Hổ cong mình
Cầu Tràng Tiền sáu vài nhịp thần kinh
Cũng lảy đảy điệu mái nhì ăn nắng

Em trải qua một quãng đời áo trắng
Theo đò đưa bao nhiêu nhịp chùng chình
Từ bờ Bắc bờ gần Nghinh Lương Đình
Qua bờ Nam sông Hương về Đại Nội

Nước sông Hương rửa hoài không hết tội
Em bỏ tui tha thủi giữa vừng trăng
Có khuyết hay tròn trăng cũng mất thăng bằng
Hất tui xuống vũng trần ai lai khổ

Nghĩ cũng hên bên bợt em ngồi thở
Mùi hoàng lan rớt lạc xuống mui đò
Vì ăm Huế bỗng bế thêm điệu hò
Tui đuối sức đành dạt ngoài Đồng Khánh

Rất nhiều năm tui và hoài niệm lạnh
Thương cây đa bến cộ không còn
Cầu Phú Xuân ai dựng giữa nước non
Để Thừa Phủ chở em vào dĩ vãng

Thương sông Hương như dãi lụa ánh sáng
Vắt mình qua núi Ngự một dòng xanh
Em vắt qua tui vạt áo tím hiền lành
Với tiếng gọi "đò ơi đò!" nằng nặng

Em còn nợ tui chăn một vừng trăng
Cài trên tóc khun chịu cho khều xuống
Tui đòi chết em chẳng thèm luống cuống
Còn chọc quê ngún nguẩy ghẹo lêu lêu

Em còn nợ tui sướt mướt một lời yêu
Treo chót lưỡi ngo ngoe không cho tước
Tui đòi khóc em cười chê mít ướt
Hứa chừng mô chết ngủm mới nói nghe

Em còn nợ tui lướt thướt một bờ tre
Nơi con trai thường tới lui ve gái
Nhưng cái bữa mắc giống gì em ngại
Uổng công tui thắc thẻo đợi buồn hiu

Em còn nợ tui bả lả một tiếng kêu
"Chú ơi chú" giọng dễ thương chi nợ
"Cháu" đi rồi vẫn thèm thuồng miếng nhớ
Chép miệng ngồi ôn lại buổi xưa xanh

Em còn nợ tui trái lanh chanh
Treo trong ngực hồng hồng mang cá mỏng
Trôi trong mắt lênh đênh trời biển động
Em ngon ơ như trăng nở trên trời

Em còn nợ tui một cuộc chơi
Làm cô dâu về nhà chồng thành vợ
Tròn xoe mắt thụt lùi làm bộ sợ
Rồi co giò chạy tét phía trời xanh

Ngày với tháng lù đù rứa mà nhanh
Vác thiều quang chạy biệt mù thiên dã
Bỏ lại tui một mình cười giả lả
Kể chuyện buồn mà chữ cứ trong veo.

Thằng Bọ Huế

Mỗi lần gặp tui là em sanh chứng lạ
Khôn chịu nghe lời Bọ [1] *Mạ đứng khoanh tay*
Khép nép cúi đầu lặp bặp: "Thưa... chú Tấn
Chú đến chơi dà [2] *thăm Bọ Mạ... tui hay"*

"Thằng Bọ" của em xưa là thằng bạn học
Khởi tự cái thời còn ở lỗ tắm mương
Trong lớp môn chi hắn thi xoàng cũng nhứt
Được cái tánh hiền thấy mệ nội tui luôn

Cũng tại ở hiền lũ du côn ưa hiếp
Bị bề hội đồng đến vại máu khôn tha
Võ quảng võ tiều nhào ra tui giải cứu
Cõng thằng hiền về cho ôn mệ hắn bui [3]

Ngày tháng rồi năm có trời côi mới biết
"Thằng Bọ" ở Sình lọt tọt vọt lên hương
Lội trong con mắt hồ Truồi sâu hết vía
Rồi đẩn [4] *mần răng sanh đặng một bông hường*

Tháng ngày mọc cánh vù bay lanh dễ sợ
Giã biệt kinh kỳ tui đăng lính võ lâm
Đánh giặc nhiều năm hồn thâm căn khú đế
Ngọn lửa hừng xưa dầu cạn cũng trụi mầm

Một buổi trời trong những mong về thăm bạn
Ở ngã ba Sình thê tử nọ chưa bây
Duyên ngộ tình cờ em chộ ⁽⁵⁾ *hình chộ dạng*
Chộ ra một bận, cực tui bảy tám ngày

Một lần về chơi tui để rơi hồn vía
Kẹt luôn trong nhà em nỏ ⁽⁶⁾ *biết ra răng*
Này ⁽⁷⁾ *lại ba kỳ thôi coi như ở rể*
Ngặt cái em chê cơm hẩm hắn hôi chằng

Mười sáu trăng tròn thời hai mươi trăng méo
Em nhắc tui khéo giỏi chèo kéo bảy lăm
Ôn mệ tui ơi tóc dầu đương bệt bạc
Mai nhuộm thanh thanh sạt lại tuổi thâm trầm

Từ đó gặp tui em mặt sa mày sịa
Nguýt háy trề môi quảy đít lủi vô buồng
Cái mặt trõm lơ tui như ông tơ nguyệt đứt
Múi duyên để dạ khôn nhường nhịn bỏ buông

Rứa mà trời xui tui đương mưa được nắng
Niềm dâng xao xuyến em quyến luyến tui ri
Tuổi em mười tám còn tui thời bảy sáu
Lệch duyên đạo ngãi "thằng Bọ" đứng cười hì...

---

(1) Cha, Ba, Tía, Bố, (2) nhà, (3) vui, (4) đánh,
(5) thấy, (6) không, (7)mua, đòi

Với Huế

Buồn tình cõng Huế đi chơi
Cõng lên núi Ngự với trời chênh vênh
Về ngang Đập Đá gọi lên
Câu thơ Vỹ Dạ buồn rền rĩ bay

Con mắt O Huế thơ ngây
Con mắt không cánh mà bay mướt trời
Tưởng tay bắt được bóng đời
Ngờ đâu mắt Huế biết cười lại bay

Giọng O mật rót vào tai
Thương câu mái đẩy trôi ngoài xa xăm
Coi như buổi ấy trăng rằm
Đôi môi Thừa Phủ nuốt nhằm hồn anh

Lượm được một miếng hồng nhan
Về ngang Đồng Khánh gõ đàn hát chơi
Gió lay nguyệt động trăng cười
Soi cho diễm lệ mặt người Thừa Thiên

Huế không hát Huế ngồi yên
Tội O trầy trụa mối duyên bơ phờ
Đôi khi nghe giữa tứ thơ

Tiếng Chầu Văn rót ướt bờ sông Hương
Cái đôi con mắt buồn buồn
Cái câu ca Huế in tuồng lồng trong
Cái môi ngậm tiếng mặn nồng
Thương hoài cái giọng ngọt dòng không buông

Uống cạn chén rượu Làng Chuồn
Hiên ngang qua Phá luồn truông nhà Hồ
Cưỡi lưng con ngứa ngựa ô
Tìm O Đồng Khánh đi mô chưa về

Bỏ câu duyên nợ bên lề
Trời mưa ướt chợ Sịa hề chi ai
Mặc anh thở vắn than dài
Dứt dây ba nguyệt em hoài bước xa

Một đoạn thôi cũng được mà
Hát cho nghe giọng Huế nhà ru nôi
Anh xa xứ đã lâu rồi
Đêm nằm co dưới hiên đời đó O

Chim chiều ngoài biển bay vô
Mang theo tiếng sóng lô xô vào hồn
Đứng coi trời đổ hoàng hôn
Thấy em lẻ bạn trên cồn Hến phai

Từ khi con sáo xa bầy
Gạo de An Cựu độ rầy phơi đâu
Để cho dòng nước Ô Lâu
Bỏ quên lăng tẩm đằng sau miếu đường

Đưa em về lại phố phường
Nửa khuya trăng đề giữa đường Thần Kinh
Em cười dậy ngực rung rinh
Thức luôn cả núi Ngự Bình ngã nghiêng

Lên chùa Diệu Đế lặng yên
Phụ tôi Gia Hội hè khiêng chiều về
Cuốn theo chút nắng trôi quê
Em cười dòng tóc xõa thề trôi lưng

Màu con mắt Huế rưng rưng
Ngồi buồn nhớ bạn ngó chừng đò ngang
Nhớ xưa ở ngã ba đàng
Em xuôi anh ngược mấy ngàn năm xa

Bữa ngồi trước chợ Đông Ba
Nhớ ai mà bậu thiết tha than trời
Bấy chừ nhơn ngãi xa đôi
Buồn rầu buồn rĩ khúc nôi đoạn trường

Cảnh tình ai chộ không thương
Bậu đà vô bợt biết phương mô tìm
Dẫu mà cách trở mấy miền
Anh đây vẫn giữ lời nguyền xin thăm

So dây một khúc ca cầm
Chênh vênh bóng nguyệt khó lầm nợ duyên
Dẫu môi không nặng lời nguyền
Làm thơ để lại lụy phiền Kim Long

Đêm hôm trăng vướng nhành cong
Soi không tới nổi lối đồng về xuôi
Quê O ở mãi mô Truồi
Đò ngang có ngãi anh ngồi chèo vô

Xóa đi cảnh khói mơ hồ
Đàn Nam Giao nhuộm mấy tờ mây bay
Héo hon duyên nợ ai bày
Nước sông Hương cạn làm trầy bãi Dâu

Một mai một sẽ xa nhau
Cho em rực rỡ mối sầu xanh rêu
Cuộn trong thoáng gió bay chiều
Bờ môi vướng lại ứ nhiều Huế thương.

Nhớ Thuở Huế Ở Với Anh

Ngồi xổm uống nước sông Hương
Chừng no cái bụng chương bương thì về
Về mô? Thì Huế đợi tề!
Ôi chao Huế rủ anh về Thừa Thiên

Anh ngồi ở chỗ gió lên
Trong hơi đất tưởng bốn bên quê nhà
Bởi lòng anh vốn thiệt thà
Dẫu ngồi xa Huế lòng đà khó quên

Em ngồi ở chỗ nắng lên
Nhánh tay thuôn thả trôi trên cây đàn
Anh nằm trong tấm mơ màng
Nghe em ca Huế âm tràn về xưa

Áo về tím góc phố trưa
Bay trong nắng phả chút mưa phai chiều
Gót lê phiêu hốt đã nhiều
Dựa lưng nguyệt đậm che tiều tụy anh.

Chiều Chiều

Trong khi chờ đợi xuân xanh
Tuổi anh lội ngược suýt thành đôi mươi
Vì không theo cấu trúc người
Lòng anh sột soạt mấy lời em lêu

Chiều chiều gặp lý chiều chiều
Cầu tre dắt mẹ qua nhiều bước vương
Dịu dàng giọng Huế tha hương
Bờ môi em gặp điệu thương anh đàn

Áo vàng cũ đã mười năm
Đã phai sắc thắm của trăm bông vàng
Tri âm tặng miếng trăng ngàn
Mười năm còn chiếu rỡ ràng trong thơ

Qua sông thở khói sương mờ
Thấy em đuổi bắt mấy tờ thu phong
Con hồng kêu lạnh từng không
Rơi trên em đỏ một dòng nhặt khoan.

Công Chúa

Dựa lưng Ô, Lý hai Châu
Mà thương Công chúa dạ sầu ai hay
Thôi đừng xóc mảnh quê gầy
Kẻo ngòi bút lẹt quẹt trầy Huyền Trân

Phòng tiêu lạnh lẽo tiếng cầm
Lời Ai Tư Vãn khóc thầm Tây Sơn
Nguồn tình chưa kịp đội ơn
Tử sinh thoắt đã ngậm hờn Ngọc Hân

Thuở còn ở chốn dương trần
Tam Khanh Công chúa tài gần tiếng thơ
Nay sâu trong lớp bụi mờ
Huế còn giữ được ba tờ tâm Khanh

Theo Vua chạy giặc băng ngàn
Chân sen giẫm cuộc đời tàn oái oăm
Ngọc Hạnh lạc nẻo xa xăm
Gởi thân Công chúa trăm năm cạnh Đền

Huế Buồn Chi Rứa Mấy O

Một hôm qua cửa Kinh thành
Sớm nghe tiếng chữ trên nhành sương bay
Thấm màu nắng hạ vàng lay
Thương con chim thúy đậu cây ngô đồng

Em phơi áo lụa trên cồn
Gió lên bay áo bồn chồn dạ em
Anh còn mãi tận triền đêm
Răng về lấy xuống áo trên cồn này

Nguyệt Biều dưới bến áo bay
Áo bay dìu dịu như tay người tình
Đề thơ trên vạt mông mênh
Sóng trong áo gói lênh đênh Nguyệt Biều

Hỏi núi núi đứng buồn hiu
Hỏi sông sông lượn lờ theo con đò
Huế buồn chi rứa mấy O
Giời thì đứng lại giải cho một lời.

Nguyệt Thực

Cảnh đời trôi dạt quê người
Buồn như rứt ruột xa nôi Huế gầy
Cầm miếng nguyệt thực đầu tay
Lòng không biết Huế độ rày ra răng

Xa em từ độ trăng rằm
Sâu trong núi đứng sông nằm lặng thinh
Còn đâu gương dọi bóng hình
Nay còn sót lại một mình anh mưa

Huế thương biết mấy cho vừa
Như anh thương núi dầm bừa núi sa
Tiếng chuông Linh Mụ rơi già
Vướng trên lưng Huế bỗng òa vỡ ngang

Đàn kêu tích tịch tình tang
Tang tình giây nảy vọng sang Hương Trà
Thương ơi tiếng sóng Sơn Chà
Át Hương Chữ tức muốn khà máu ra.

Đò Lên Huế

Đò lên Huế nữa chi nà
Trách ai ở bạc dễ mà ốm o
Than chi cho mỏi câu hò
Bị vụng tay để con đò khác đưa

Nhớ hoài đôi chiếc gióng quê
Em làm ngựa chạy kéo lê tuổi hồng
Tiếng em hí thuở qua đồng
Đến nay còn vọng giữa lồng chợ ni

Những đêm trăng tròn mần chi
Mượn đôi con mắt từ bi ngó trời
Ngó coi tiếng Huế ai rơi
Để anh đi lượm về mời Thừa Thiên

Gió bay áo tím bay nghiêng
Che ngang tầm mắt trăm miền tóc bay
Dáng em hoa mộng cuối ngày
Anh theo sau vấp chân trầy chiếc anh.

Nhan Sắc

Huế có góc có ngọn ngành
Thêm hương mật đắng trộn thành bể dâu
Thương Huế bước vội qua cầu
Tay bưng khệ nệ cái sầu trong veo

Ngồi trên đất Huế quê nghèo
Nghe đời ngọn lúa tiếng reo đòng đòng
Nghe thơm em nụ sen hồng
Đầu làng Hương Thủy xuân nồng nàn bay

Rót dòng sông vào ngực này
Để em ấp ủ cho đầy kẻo vơi
Dù yêu dấu có xa vời
Thì dòng Hương đó ai đời dễ phai

Đuôi con mắt liếc rất dài
Một thời thơ dại trôi ngoài mênh mông
Lùa hơi thở ngực phập phồng
Huế mang nhan sắc ru bồng bềnh anh.

Để Huế Mờ Mưa

nhớ Phạm Ngọc Lư (1946-2017)

Không biết Huế xưa trời mưa hay nắng
Riêng ở bên này mưa mấy bữa nay
Mưa làm ướt tôi thấm đôi tà Huế
Để tiếng bạn buồn lọt giữa kẽ tay

Chiếc lá không bay sáng nay lá khóc
Sướt mướt trên cành mọc lá tháng Năm
Tuổi lá tháng Năm ướt dầm mây nổi *
Khóc một bài thơ vừa tắt thở nằm

Nhìn chiếc lá rơi trời ơi nhớ bạn
Nhớ bạn tay cầm cơn bệnh bẻ đôi
Thả xuống sông Hương cùng đường nước chảy
Mà thương giữa trời bóng vợ mồ côi

Tôi nhớ bạn ngồi chờ thơ thức dậy
Ngoài biên cương về cổng bạn đi chơi

Bạn cõng tập thơ đi thăm hệ lụy
Chưa hết xuân phôi đã vội qua đời

Muốn kể bạn nghe nắng xanh xứ lạ
Nó hay lăn tăn lăn xuống tóc người
Nó thích lon ton bon theo câu hát
Gánh chút nồng nàn về Huế quê chơi

Muốn kể bạn nghe giọt mưa xứ lạ
Nó hay len trong hốc mắt của trời
Con mắt nhớ quê con mắt thút thít
Khóc là giọng người cười mấy lăm hơi

Nhưng đã thôi rồi niềm chưa hết nỗi
Bạn quá đau đời đành bỏ cuộc chơi
Tập thơ đan tâm* chở người xa phố
Để Huế mờ mưa ngồi khóc ngậm ngùi.

---

* *Mây Nổi, Đan Tâm*: tựa tập thơ Phạm Ngọc Lư

Chút Huế

nhớ Huỳnh Thanh Mỹ (1945-2021)

Buổi chiều mình ra thăm Huế
Nhớ xưa từng bỏ xứ đi
Huế xưa chừ nay vẫn vậy
Huế mình buồn thật lạ kỳ

Buổi chiều vô thăm Đại Nội
Cành sen ai bỏ trên thềm
Dựa lưng vào bờ hoang phế
Huế mình ngồi thở cạn đêm

Buổi chiều qua thăm Gia Hội
Con thuyền của biển đã hư
Nằm phơi lưng bờ cát mục
Lòng đau ván cũng nát nhừ

Buổi chiều nghe câu ví dặm
Ai treo lủng lẳng nhành cây
Nghe trong lời điêu đứng gió
Nắng mưa cũng bị trời đày

Buổi chiều xuống đò lên Huế
Bến đò Thừa Phủ nay đâu
Phú Xuân cầu thoi thóp nước
Thương người ly xứ dạ sầu

Buổi chiều về thăm thôn Vỹ
Hàng cau lả ngọn vào thơ
Tiện chân ghé qua Đập Đá
Mụ o xưa đã mịt mờ

Buổi chiều xuôi về Đại Lược
Theo đò ngược bến Tây Lăng
Ngày xưa ai người qua phá
Sợ truông nhà Hồ sợ phá Tam Giang

Buổi chiều lỡ đò lỡ chợ
Mình nằm ngủ đất tứ phương
Hương Giang tỉ tê tâm sự
Nước còn khi chảy khi ươn

Buổi chiều dựa lưng núi Ngự
Nghe buồn trong gió thông reo
Tiếng than từ đồi Vọng Cảnh
Sông Hương nước chảy eo sèo

Buổi chiều nghe ai ngoắc vói
Ngoái trông chẳng thấy ai ơi
Bóng trăng non đoài đã xế
Căn duyên trăn trở bởi trời

Bây giờ mình ngồi xa Huế
Nhớ ai mà mắt Huế buồn
Phải em nay nằm trong đất
Không còn Huế để nhớ luôn.

Hồ Quỳnh Nghi cảm tác CHÚT HUẾ
của tác giả Phan Ni Tấn
(viết theo cảm xúc không vần luật)

Còn Chút Hãy Về

Bao nhiêu năm đi xa Huế
Bây chừ ngồi lại ngoảnh lui
Buồn vui qua năm thập kỷ
Ngậm ngùi kẻ ở người đi

Cớ chi mần cánh thiên di?
Bỏ quên con thuyền đã mục
Nặng lòng xa xứ ướt mi
Nhớ quên con tim tù ngục

Hạ vàng soi nước Tam Giang
Lang thang trời mây cảnh cũ
Rủ hồn đốt nhớ tâm can
Mùa đông Huế thương mưa phủ

Bến đò Thừa Phủ còn mô
Ở xa nhấp nhô ký ức
Chừ thì mới lạ Cố Đô
Người ta tham quan nô nức

Ray rứt xin hãy quay về
Đông Ba rồi qua Gia Hội
Đại Nội thức tỉnh cơn mê
Về thôi! trăng tà xế bóng

Huế thương thay đổi hung rồi
Cầu cao thay đò Ca Kút
Sửa sang Vọng Cảnh dốc đồi
Phú Xuân không còn ngập lút

Về đi mấy chút tuổi còn
Tứ Phương chim bay soãi cánh
Vẫy vùng trở lại quê hương
Để nghe yêu thương ấm áp

Ngự Bình hồi đáp Thông reo
Sông Hương "eo sèo" dòng nước
Nắng về dòng chảy trong veo
Huế thương muôn đời vẫn nhớ.

Huế Và Em

Một đời anh chắc chẳng bao giờ tìm ra nổi Huế
Bởi sinh ra chân anh đã có những con đường
Những con đường không kịp nở những đóa
                    hướng dương
Chở súng đạn ra ngoài mặt trận

Sau chiến tranh những trận đánh đều trở nên
                    luộm thuộm
Người ta cất các chiến cụ và những cuộn băng
                    trong các viện bảo tàng
Anh trở về ước mơ tàn tạ dưới chân
Ngó ra Huế chút Huế cũng đành hanh xa vắng

Con đường Huế bây chừ dù vẫn mưa vẫn nắng
Vẫn hương sen bay trên khắp mặt hồ
Nhưng lâu rồi liệu Huế vẫn còn em ngọt ngào
                    giọng nói
Còn đôi mắt sáng, ngấn cổ cao, thả suối tóc trôi huyền?

Một đời anh chắc chẳng bao giờ quên em quyến luyến
Ngày chia ly tay anh đã có bão giông rồi
Vòng thanh xuân đâu còn quay đều trong sân chơi

Thôi thì nhai chút giọng cười Cẩm Lệ
Sông Hương núi Ngự là khuôn mặt ngó nghiêng của Huế
Cửa Thượng Tứ là ngõ hẹp chở tình em qua cầu
Chiếc nón bài thơ rụt rè che bớt chỗ khổ đau
Em xuống đò rồi Huế cũng trôi xa ngái
Huế của ngày ấy bị trói thúc ké bằng những cuộn dây
thép gai
Và bạo lực được viết bằng những nhát cuốc
Để câu mái đẩy khóc thành câu đứt ruột
Nước mắt khô chan trên mỗi mảnh đời

Trải tuế nguyệt Huế hồi sinh như nếp nhăn già cỗi
Vẫn nhọc nhằn trầm mặc thiếp sương đêm
Huế cổ kính ngồi chồm hổm xõa tóc hương bồ kết
Gội đền đài thành quách rêu phong thành hoài niệm

Một đời anh chắc chẳng bao giờ tìm ra nỗi tím
Áo tím than bay trong gió phất phơ buồn
Em bình minh hay chừ em lom khom
Mà Đồng Khánh cũng già theo tiếng thở dài Quốc Học

Nước sông Hương chia đời nhau hai nhánh tóc
Hút tiếng đò đưa chim lẻ bạn kêu sầu
Chợ Đông Ba ai dời ra bãi dại
Để Huế buồn biền biệt tím mãi đâu.

Phan Ni Tấn - Huế và Em

HOÀNG LAN CHI

Mọi người đang hoà với sôi động trong nước. Có nhiều người hân hoan khi thấy biểu tình rầm rộ. Tôi ngậm ngùi khi thấy bạn ta, sao quá đỗi thiệt thà. Bao nhiêu năm với cộng nô đè nén, dân chúng ta, có bạo động cũng không thể thế đâu. Chỉ chớp mắt cũng đoán được đâu là sự thật. Chỉ Tàu cộng với âm mưu lộ liễu.

Giải pháp nào đây cho một Việt Nam? Tôi không nghĩ Tàu chiếm Việt vì tôi vẫn cho rằng Miên, Thái, Nhật, Singapore, Ấn còn đó và không thể thế giới nhìn Tàu lan vết dầu. Tây Tạng: có thể vì người dân hiền hoà. Việt: không thể vì "giống da vàng này là vua đấu tranh". Sau nữa, Việt còn khối dân đang lang thang toàn thế giới.

Mịt mờ thật.

Trong mịt mờ, lang thang facebook. Gặp bài thơ hay.

Ghi lại đây như những câu thơ tôi thích:

Những con đường không kịp nở những đóa hướng dương
Chở súng đạn ra ngoài mặt trận

Đấy bàn chân anh, người lính, đã không kịp về cho áo tím quấn chân mà phải vội chở ra ngoài mặt trận, những súng gươm của một thuở binh đao.

Vòng thanh xuân đâu còn quay đều trong sân chơi
Thôi thì nhai chút giọng cười Cẩm Lệ

Ừ nhỉ, sân chơi đâu còn bóng dáng để tuổi xuân chầm chậm quay đều. Tôi ưa thích câu nhai giọng cười Cẩm Lệ. Thật tượng hình. Các bà mẹ Huệ vẫn nhai thuốc Cẩm Lệ!

Huế của ngày ấy bị trói thúc ké bằng những cuộn dây thép gai

Và bạo lực được viết bằng những nhát cuốc
Để câu mái đẩy khóc thành câu đứt ruột
Nước mắt khô chan trên mỗi mảnh đời

Huế, với câu hò mái đẩy. Tấn đưa vào thơ, quá đỗi tuyệt vời. Câu mái đẩy khóc thành câu đứt ruột.

Trải tuế nguyệt Huế hồi sinh như nếp nhăn già cỗi
Vẫn trầm mặc, cổ kính thiếp sương đêm
Huế chòm hõm chải tóc hương bồ kết
Gội đến đài thành quách rêu phong thành hoài niệm

Hơi hướng "điệu" với ngôn từ cổ kính. Nhưng *Huế chòm hõm* thì chao ơi, thật đẹp và nhớ làm sao. Tôi cũng một thuở, chòm hõm ngồi gội tóc. Cũng một thời hương bồ kết ngát thơm. Chỉ có điều tôi giữ trong tim, những nhung nhớ, tôi kết thành hoài niệm. Tôi không gội đền đài thành quách như Huế của Ni Tấn, nơi đây soi dòng nước chỉ là tượng Nữ Thần Tự Do.

Chợ Đông Ba ai dời ra bãi dại
Để Huế buồn biền biệt tím mãi đâu.

Ái chà, mầu tím than của dòng Hương hai nhánh tóc, tôi có đây, mùa phượng tím mới vừa ươm phượng tím California.

Cám ơn lão, bài thơ buồn muốn chết! Nhưng tôi không khóc đâu lão à. Thơ của lão, chưa đủ làm tôi khóc. Lão hiền hoà như núi Ngự sông Hương, lão làm sao chở được những ngoan cường, những gào thét, sẽ xé lòng tôi nơi xứ lạ?

Nhưng cũng cám ơn lão, bài thơ Huế đáng yêu!

www.ingramcontent.com/pod-product-compliance
Lightning Source LLC
LaVergne TN
LVHW041706060526
838201LV00043B/595